തികച്ചും യാദൃച്ഛികം

stories
thikachum yadrichikam
•
samad panayapilli
•
first edition
january 2017
•
typesetting
star communications, thiruvananthapuram
•
published
chintha publishers, thiruvananthapuram
•

cover
vishnu ram
•

വിതരണം
ദേശാഭിമാനി ബുക്ക് ഹൗസ്
H O തിരുവനന്തപുരം-695 035
phone: 0471-2303026, 6063026
www.chinthapublishers.com
chinthapublishers@gmail.com

ബ്രാഞ്ചുകൾ
ഹെഡ്ഡാഫീസ് ബ്രാഞ്ച് കുന്നുകുഴി • സ്റ്റാച്യു തിരുവനന്തപുരം • കെ എസ് ആർ ടി സി ബസ് സ്റ്റേഷൻ ആലപ്പുഴ • കെ എസ് ആർ ടി സി ബസ് സ്റ്റേഷൻ എറണാകുളം • മച്ചിങ്ങൽ ലെയ്ൻ തൃശൂർ • ഐ ജി റോഡ് കോഴിക്കോട് • മാവൂർ റോഡ് കോഴിക്കോട് • എൻ ജി ഒ യൂണിയൻ ബിൽഡിങ് കണ്ണൂർ • സെൻട്രൽ ബസ് ടെർമിനൽ കോംപ്ലക്സ് താവക്കര കണ്ണൂർ

CO - 2425 / 3976
ISBN - 9978-93-86364-05-0

തികച്ചും യാദൃച്ഛികം

(കഥകൾ)

സമദ് പനയപ്പിള്ളി

ചിന്ത പബ്ലിഷേഴ്സ്
തിരുവനന്തപുരം-695 035
വില : ₹ 105

സമദ് പനയപ്പിള്ളി

കൊച്ചിയിൽ ജനിച്ചു. പിതാവ്: പനയപ്പിള്ളി എം എം ഒ ഹൈസ്കൂൾ മാനേജരായിരുന്ന പരേതനായ പി ബി മൊയ്തീൻ. മാതാവ്: ഫാത്തിമ. കൊച്ചിയിലും കോഴിക്കോടുമായി വിദ്യാഭ്യാസം. ഗോവയിലും മഹാരാഷ്ട്രയിലും ജോലി ചെയ്തിട്ടുണ്ട്. ഇപ്പോൾ 'കേരള റോഡ്‌വേയ്സ്' ഐലന്റ് ബ്രാഞ്ചിൽ ജോലി ചെയ്യുന്നു. ചിത്രകല, സംഗീതം, നാടകം, സിനിമ എന്നിവയിൽ തല്പരൻ. *പ്രിയംവദ, ഇസ്ലാമിക ദർശനം* തുടങ്ങിയ പ്രസിദ്ധീകരണങ്ങളിൽ സബ് എഡിറ്ററായി പ്രവർത്തിച്ചിട്ടുണ്ട്. *പരസ്പരം, വിളി, തണൽ* തുടങ്ങിയ ലിറ്റിൽ മാഗസിനുകളുടെ എഡിറ്ററായിരുന്നു. *ഉഷസ്* എന്ന പേരിലൊരു കൈയെഴുത്ത് മാസികയും പ്രസിദ്ധീകരിച്ചിരുന്നു. ചിത്രരചനയിൽ എറണാകുളം സിനി ക്ലബ്ബ്, ശങ്കേഴ്സ് വീക്കിലിയുടെ മത്സരത്തിലും സമ്മാനിതനായിട്ടുണ്ട്. സമസ്ത കേരള സാഹിത്യപരിഷത്ത് അംഗം.

ഒരു ടി വി ദുരന്തം, വ്യസനങ്ങളുടെ ആൽബം, ആൽഡ്രൂസ് ടീഷോപ്പിലെ സായാഹ്നങ്ങൾ തുടങ്ങിയ കഥാ സമാഹാരങ്ങൾ പ്രസിദ്ധീകരിച്ചിട്ടുണ്ട്.

ഭാര്യ : സാലിഹ എം എം
മകൻ : സഫീർ സമദ്
വിലാസം : മംഗലത്ത്,
കുത്തിയതോട് പി ഒ
ചേർത്തല 688 533
ഫോൺ : 9895280155

ഉള്ളടക്കം

പ്രസാധകക്കുറിപ്പ്

ജീവിതത്തോട് നേരിട്ടു സംവദിക്കുന്ന കഥകളാണ് സമദ് പനയപ്പിള്ളിയുടേത്. നാം ജീവിക്കുന്ന കാലത്തിന്റെ അനീതികളും അപമാനവീകരണങ്ങളും സമദ് തന്റെ കഥകളിൽ ആവിഷ്കരിക്കുന്നു. പുതിയ കാലത്തോട് ജാഗ്രതപ്പെടുന്ന സമദിന്റെ ഈ കഥകൾ ചിന്ത പ്രസിദ്ധീകരിക്കുന്നു. ഈ കഥാലോകത്തെ അനുഭവങ്ങൾ വായനക്കാർ സ്വീകരിക്കുമെന്ന് ഞങ്ങൾക്ക് വിശ്വാസമുണ്ട്.

ചിന്ത പബ്ലിഷേഴ്സ്

ആമുഖം

വരകളുടെയും വർണ്ണങ്ങളുടേതുമായിരുന്നു എന്റെ ആദ്യകലാലോകം. വീടിന്റെ ചുമര് മുഴുവൻ വരച്ച് വൃത്തികേടാക്കിയതിന് അച്ഛന്റെ കൈയിൽ നിന്നെത്ര അടിയാണെന്നോ കൊണ്ടിട്ടുള്ളത്.

എന്നിട്ടും വരകളുടെയും വർണ്ണങ്ങളുടെയും ലോകം ഞാൻ ഉപേക്ഷിച്ചില്ല. താഴ്ന്ന ക്ലാസുകളിൽ പഠിക്കുമ്പോഴേ എനിക്ക് ചിത്രരചനയിൽ സമ്മാനങ്ങൾ കിട്ടിയിരുന്നു. മുതിർന്ന ക്ലാസുകളിൽ പഠിക്കുമ്പോഴും ഞാനത് നിലനിർത്തി.

'ശങ്കേഴ്സ് ഇന്റർനാഷണൽ പെയിന്റിങ് മത്സരത്തിലും എറണാകുളം സിനിക്ലബ്ബിന്റെ അവാർഡുമൊക്കെ നേടുന്നിടംവരെ വരകളോടും വർണ്ണങ്ങളോടുമുള്ള പ്രണയമെന്നെ എത്തിച്ചു. പിന്നെ നാടകങ്ങൾ എഴുതി. അഭിനയിച്ചു. സംവിധാനം ചെയ്തു. അപ്പോഴൊക്കെ സിനിമയായിരുന്നു മനസ്സിൽ...

കഥകൾകൊണ്ട് സമ്പന്നരായ നൈനാന്മാർക്കിടയിലാണ് പിറന്നതെങ്കിലും വീട്ടിൽ കഥകളൊന്നും പറഞ്ഞു തരുവാൻ ആരുമുണ്ടായിരുന്നില്ല. താരാട്ടും സ്നേഹവും കഥകളുമൊക്കെ അനുഭവിക്കുവാൻ ഒരുപാട് കൊതിച്ചിരുന്നെങ്കിലും അതൊന്നും സഫലമാകാത്ത ബാല്യമായിരുന്നു എന്റേത്.

ഓർമ്മവെച്ച നാൾ തൊട്ട് ഞാനനുഭവിച്ച അവഗണനകൾ, സങ്കടങ്ങൾ. എല്ലാവരുമുണ്ടായിട്ടും ആരുമില്ലെന്ന തോന്നൽ. ഇപ്പോഴും ജീവിതത്തിൽ ഇതിനൊന്നും അറുതിയുണ്ടായിട്ടില്ല. അതുകൊണ്ടാകും ഞാനിപ്പോഴും കഥകൾ എഴുതുന്നത്.

നിന്റെ അനുഭവങ്ങളിത്ര ക്രൂരമായതുകൊണ്ടല്ലേ നിനക്കിപ്പോഴും എഴുതാനാകുന്നതെന്നും അതിന് ദൈവത്തിനോട് സ്തുതി പറയുകയാണ്

വേണ്ടതെന്നും എഴുത്തും വായനയും വശമില്ലാത്ത എന്റെ കഥകൾ വായിച്ചു കേട്ടിരുന്ന ഒരു ചങ്ങാതി പറയുമായിരുന്നു.

ഒരു കാലത്ത് പുറംലോകത്തെ എനിക്ക് ഭയമായിരുന്നു. അക്കാലത്തൊക്കെ വീട്ടിൽ തനിച്ചിരിക്കാനായിരുന്നു എനിക്ക് താല്പര്യം.

ആ ഏകാന്തതയിൽ ഇരുന്ന് ഞാനെന്നോടുതന്നെ എത്രയോ കുറി സംസാരിച്ചിരിക്കുന്നു. കരഞ്ഞിരിക്കുന്നു. നിർഭാഗ്യങ്ങൾ മാത്രം നേടി തരുന്ന ജീവിതം അവസാനിപ്പിച്ചാലോ എന്ന് എത്രയോ വട്ടം ആലോചിച്ചിരിക്കുന്നു. ആലോചനകൾ പെരുത്ത് രാത്രികളിൽ ഉറങ്ങാതിരുന്നിരിക്കുന്നു.

എനിക്കൊരു കഥ പറഞ്ഞ് തരുമോ എന്ന് ഞാനാദ്യം ചോദിച്ചയാൾ നാടുവിട്ട് പോയിട്ട് വർഷങ്ങളായി. അയാളിപ്പോൾ ജീവിച്ചിരിപ്പുണ്ടോയെന്നുപോലും നിശ്ചയമില്ല.

അയാളെക്കുറിച്ച് ഞാൻ പിന്നീട് 'അനന്താ നീ എവിടെയാണ്?' എന്ന കഥ എഴുതുകയാണുണ്ടായത്. കഥയാദ്യം ഞാൻ മനസ്സിലാകും കുറിക്കുക. പിന്നെയാകും അത് കടലാസിലേക്ക് പകർത്തുക.

ഒരു കഥ പിറന്ന് അടുത്ത കഥ എപ്പോഴാണെന്ന് ചോദിച്ചാൽ അറിയില്ലെന്നേ മറുപടി പറയാനാകൂ. കാരണം, കഥ എന്നെ സംബന്ധിച്ചിടത്തോളം യാദൃച്ഛികമാണ്. സ്കൂൾ ചരിത്രത്തിലാദ്യമായൊരു കഥാ മത്സരം സംഘടിപ്പിച്ചതും ആ മത്സരത്തിൽ ഒന്നാം സമ്മാനിതനായതും മറക്കാനാവില്ല.

നിങ്ങൾ എന്തിനാണ് ജീവിച്ചിരുന്നതെന്ന് ചോദിച്ചാൽ കഥ എഴുതാൻ എന്നാകും പറയുക. അത്രയേറെ പ്രതിബദ്ധനാണ് ഞാൻ കഥയോട്. ഒരുപാട് പ്രതിസന്ധികൾക്കിടയിലും എന്റെ ജീവിതത്തെ നിലനിർത്തുന്നത് കഥയാണ്.

കഥകൾ എഴുതിയശേഷം വായനക്കാരന്റെ പക്ഷത്തുനിന്ന് നോക്കുമ്പോൾ നാലാം ക്ലാസ് വരെ മാത്രം മലയാളം പഠിച്ച ഒരാളാണ് ഈ കഥകളൊക്കെ എഴുതിയതെന്നത് അവിശ്വസനീയമായിതോന്നാറുണ്ട്. ഒക്കെ ദൈവകൃപ...

അർഹരെ അല്ല. അനർഹരെയാണ് പലപ്പോഴും മാധ്യമങ്ങൾ പ്രോത്സാഹിപ്പിച്ചു കണ്ടിട്ടുള്ളത്. അപ്പോഴൊക്കെ കഥകളോട് ഞാൻ കലഹിക്കാറുണ്ടെങ്കിലും കഥകളുടെ ആഹ്ലാദത്തിലേക്ക് തന്നെയാകും ഞാൻ തിരിച്ചെത്തുക.

എനിക്ക് പ്രതീക്ഷയുണ്ട്. എഴുത്തിലെ എന്റെ പ്രയത്നങ്ങളെ ഏതെങ്കിലും കാലം തിരിച്ചറിയുമെന്ന്. ആ കാലത്തിനായുള്ള കാത്തിരിപ്പാണ് എന്റെ എഴുത്ത് കാലം.

നന്ദിയുണ്ട് ആരോഗ്യകരമായ വായനയിലേക്ക് എന്നെ നയിച്ച വലിയച്ഛന്റെ പുസ്തകശേഖരത്തിന്, അറിവിന്റെ ആദ്യാക്ഷരം എന്നെ പഠിപ്പിച്ച സാവിത്രി ടീച്ചർക്ക്, ആദ്യ കഥ അച്ചടിച്ച സഹപാഠിയും സുഹൃത്തുമായ അമീർ അലിക്ക്. കലയുടെ ആനന്ദം ആദ്യമായി എന്നെ അനുഭ

വിപ്പിച്ച കുമാരൻ കല്ലൂമഠം, ചിതംബരൻ, ബേബി മാത്യു തുടങ്ങിയ ഗുരുക്കന്മാർക്ക്. എന്റെ പ്രിയ മിത്രങ്ങളായ കവി അജീഷ് ദാസിന്. എഴുത്തുകാരായ രാജേഷ് ചിറപ്പാടിനും യു എ ഖാദറിനും വി കെ ജോസഫിനും ഈ പുസ്തകം യാഥാർത്ഥ്യമാക്കാൻ യത്നിച്ച ചിന്ത പബ്ലിഷേഴ്സിലെ എല്ലാ സുഹൃത്തുക്കൾക്കും പ്രിയപ്പെട്ട വായനക്കാർക്കും.

സമദ് പനയപ്പിള്ളി

ബിലാൽ പറഞ്ഞതും ഞാൻ കേട്ടതും

ബിലാൽ വിരൂപനായിരുന്നു. കാഴ്ചയിലൊരു സൗന്ദര്യത്തെയും അവനടയാളപ്പെടുത്തിയിരുന്നില്ല. സ്വരം പോലും പരുഷമായിരുന്നു.

ഞാൻ പലപ്പോഴും ആലോചിച്ചിട്ടുണ്ട്. ബിലാലിനെ എനിക്ക് പ്രിയപ്പെട്ടവനാക്കുന്നതേത് ഘടകമാണെന്ന്. ജീവിതത്തിലെ മറ്റു പല ആലോചനകളുമെന്നപോലെ ഈ ആലോചനയും എന്നെ തൃപ്തികരമായ ഒരു മറുപടിയിലേക്കും നയിച്ചിട്ടില്ല.

എന്റെ പഠനകാലങ്ങളിലും കുഞ്ഞുന്നാളിലെ കളിയിലും ചിരിയിലും വഴക്കിലും ബിലാലും പങ്കാളിയായിരുന്നു.

അവന് താല്പര്യമില്ലാത്ത ഒന്നുമുണ്ടായിരുന്നില്ല. എന്നാലൊന്നിലും താല്പര്യമില്ലാത്ത പോലെയുമായിരുന്നു.

സ്കൂൾ യൂത്ത്ഫെസ്റ്റിവെല്ലിനേയും ആനിവേഴ്സറിക്കുമൊക്കെ കെടിയുടെയും എൻ എൻ പിള്ളയുടെയുമൊക്കെ നാടകം റിഹേഴ്സൽ ചെയ്യും. നാടകം സ്റ്റേജ് ചെയ്യുമ്പോഴാകട്ടെ അവനുണ്ടാകില്ല. ഇങ്ങനെ അവൻ ഞങ്ങളെ എത്രയോ കുറി കഷ്ടപ്പെടുത്തിയിരിക്കുന്നു. സമ്മാനിതമാകേണ്ട നാടകങ്ങൾ അതുകൊണ്ട് തന്നെ പരാജയമാകും. മറ്റുള്ളവരുടെ പ്രയത്നങ്ങളെ അവനെന്ത് കൊണ്ടാകുമിങ്ങനെ അനാദരിക്കുന്നത്?

ചിത്രമെഴുതാനും പാടാനും നാടകമെഴുതാനും അഭിനയിക്കാനും സംവിധാനം ചെയ്യാനും ഗിറ്റാർ വായിക്കാനും ഓടാനും ചാടാനും ഫുട്ബോളും ബാസ്കറ്റ് ബോളും കളിക്കുവാനും അവനുണ്ടായിരുന്നു.

ജയചന്ദ്രന്റെ പാട്ടുകളേറ്റവും കൂടുതൽ എന്നെ പാടിക്കേൾപ്പിച്ചിട്ടുള്ളതും ബിലാലാണ്. ശ്രുതിയും താളവും പിഴയ്ക്കാതെ ജയചന്ദ്രന്റെ പാട്ടുകൾ പാടുന്നതിന് ഞാനെത്രയോ കുറി സാക്ഷിയായിരിക്കുന്നു. പാടുമ്പോൾ അവന്റെ സ്വരമെത്ര ഹൃദ്യമായിരുന്നു.

ജയചന്ദ്രനെക്കുറിച്ച് മലയാളത്തിന്റെ ഭാവഗായകൻ എന്ന വിശേഷണമൊക്കെ ഞാനാദ്യം കേൾക്കുന്നത് ബിലാലിൽ നിന്നാണ്. പിന്നീടാണ് ചില പ്രസിദ്ധീകരണങ്ങളിൽ ജയചന്ദ്രനെക്കുറിച്ച് ഇത്തരമൊരു വിശേഷണം വായിക്കുന്നത്.

ചിലപ്പോഴെന്ത് ചോദിച്ചാലും അവനൊരു മുനിയെപ്പോലെ മിണ്ടാതിരുന്നുകളയും.

അപ്പോഴൊക്കെ ഞാനവനെ ബഹിഷ്കരിക്കും.

വായനയിലും അവന് അവന്റേതായ ഇഷ്ടാനിഷ്ടങ്ങളുണ്ടായിരുന്നു. അഗതാ ക്രിസ്റ്റിയുടെ നോവലുകളോടും ഹിച്ച് കോക്കിന്റെ സിനിമകളോടുമായിരുന്നു അവന് പ്രണയം.

ബിലാൽ തന്നെയാണ് എന്നോട് കൊച്ചങ്ങാടിയിൽ ജീവിച്ചിരുന്ന ഒരു അന്തക്കയെക്കുറിച്ച് പറഞ്ഞത്. അയാളുടെ പ്രത്യേകത കല്യാണത്തലേന്ന് കല്യാണവീടുകളിൽ കയറി മണവാട്ടികളെ ഭോഗിക്കുമെന്നതാണ്. കളവുമുണ്ടായിരുന്നു. വീടുകളിലല്ല. നാട്ടിലെ ചെമ്മീൻ കമ്പനികളിലാകും അയാൾ മോഷ്ടിക്കാനായി കയറുക. കട്ടതൊക്കെ അന്തക്ക വില്ക്കുക ചെമ്മീൻ കമ്പനി നടത്തിയിരുന്ന ഉമ്മൻ കോശിയെന്ന പൊലീസ് ഉദ്യോഗസ്ഥനാകും. ഉമ്മൻ കോശി ഇങ്ങനെയാണ് കാശുകാരനായതെന്ന് നാട്ടിലിപ്പോഴും സംസാരമുണ്ട്.

അന്തക്കയുടെ ജീവിതമൊരു രാത്രി നാട്ടുകാർ സംഘടിച്ച് തെരുവിൽ തീർക്കുകയായിരുന്നു.

ഇരുണ്ട വസൂരിക്കലകൾ നിറഞ്ഞ പേടിപ്പെടുത്തുന്ന മുഖമുള്ള ഒരു കറുപ്പായി ബാവയുമുണ്ടായിരുന്നു കൊച്ചങ്ങാടിയിൽ. കളവിനൊന്നും അയാൾ പോവില്ല. ആവും കാലം അദ്ധ്വാനിച്ചാണ് അയാൾ ജീവിച്ചത്. സംസാരത്തിലും ഇടപെടലിലുമൊക്കെ അയാളൊരു പൊങ്ങച്ചക്കാരനാണെന്നതിന്റെ സൂചനയുണ്ടായിരുന്നു. ബാവ പഴയ കോൺഗ്രസുകാരനായിരുന്നു. മദ്യപിച്ച് കണ്ടവരോടൊക്കെ വഴക്കിന് ചെല്ലുമെന്നൊരു ദോഷമേയുള്ളൂ അയാൾക്ക്.

ഒരു തിരഞ്ഞെടുപ്പ് കാലത്ത് സ്ഥലത്തെ പ്രധാന രാഷ്ട്രീയ പ്രവർത്തകനായിരുന്ന സക്കറിയാ സേട്ട് ജവഹർലാൽ നെഹ്റു മുതൽ കറുപ്പായി ബാവ വരെയെന്ന് പ്രസംഗിച്ചപ്പോൾ ബാവയുടെ ഗമ കാണേണ്ടതായിരുന്നുവെന്ന് ബിലാൽ.

പിന്നെയൊരു കല്ല് ഉമ്മർ. ഇയാളും മദ്യപിക്കും. ഇപ്പോളൊരു കൈയ്ക്കും കാലിനും സ്വാധീനക്കുറവുണ്ട്. അദ്ധ്വാനം വയ്യ. ഭാര്യയ്ക്ക് നേവൽ ബേയിസിൽ തൂപ്പ് ജോലിയുണ്ട്. അവരുടെ കാരുണ്യത്തിലാണ് ജീവിതമെങ്കിലും കാണുന്നവരോടൊക്കെ പത്ത് രൂപാ ചോദിച്ച് കൈനീട്ടും.

മദ്യം മൂത്താൽ ഇയാൾ അടുത്ത പൊലീസ് സ്റ്റേഷനിൽ ചെന്ന് തന്നെ അറസ്റ്റു ചെയ്യണമെന്ന് പറയും.

ബാവയിപ്പോൾ ജീവിച്ചിരിപ്പില്ല. ഉമ്മറിപ്പോഴും ജീവിച്ചിരിപ്പുണ്ട്.

സിനിമ പോലെയാകും അവനിത്തരം സംഭവങ്ങളെ അനുഭവപ്പെടു

ത്തുക. അതുകൊണ്ട് കേട്ടിരിക്കാനും നല്ല മൂഡാകും.

കലയിലും കായികത്തിലും മുന്നെയെന്ന പോലെ തന്നെയായിരുന്നു ബിലാൽ പഠനകാര്യങ്ങളിലും.

അദ്ധ്യാപകരൊക്കെ ഉപദേശിച്ചിരുന്നത് പഠനകാര്യങ്ങളിൽ ബിലാലിനെ മാതൃകയാക്കുവാനാണ്.

ബിലാൽ എന്ന പേര് അവന് നല്കിയത് അവന്റെ വളർത്തച്ഛനാണ്. പുരോഗമന ആശയക്കാരനായ ഒരാളായിരുന്നു അച്ഛനെന്ന് അവന് പറഞ്ഞറിവേയുള്ളൂ. അയാളെ അവൻ കണ്ടിട്ടേയില്ല. അമ്മേയേയും.

എന്നിട്ടും മുസ്ലീം ഭൂരിപക്ഷമുള്ള ഒരു സ്കൂളിൽ അവനെങ്ങനെ പ്രവേശനം കിട്ടിയെന്നും പഠിച്ചുവെന്നും എനിക്കിപ്പോഴും അറിയില്ല. ഒരുപക്ഷേ, ബിലാൽ എന്ന പേരാകും അവനീകാര്യത്തിലൊക്കെ തുണയായത്.

സ്വന്തം ജാതിയേയും മതത്തേയും അറിയാനാകാത്ത അവസ്ഥ....

ജാതിയും മതവുമില്ലാത്തവനും വിശപ്പുണ്ട്. ജ്ഞാനത്തിനായുള്ള ആർത്തിയുണ്ട്.

അതുകൊണ്ടാകും ബിലാലിപ്പോഴും ജീവിച്ചിരിക്കുന്നത്.

മതവും ജാതിയും ഇല്ലാത്തവനെങ്കിലും ബിലാൽ ഒരു മതത്തേയും നിഷേധിച്ച് സംസാരിക്കുന്നത് കേട്ടിട്ടില്ല. എല്ലാ മതങ്ങളോടും ആദരവാണവന്.

ഓർമ്മവെച്ച നാൾ തൊട്ടെ തെരുവ് വേലകൾ ചെയ്യുന്ന ഒരു തമിഴനോടൊപ്പമായിരുന്നു ബിലാലിന്റെ വാസം.

അയാളവനെ സ്നേഹിച്ചിട്ടൊന്നുമില്ല. നിന്റെ അപ്പനയാളുടെ അന്ത്യനാളുകളിലെന്ന ഏല്പിച്ചതാണ് നിന്നെ. ബിലാലിനോട് അത്രമാത്രമേ അയാൾ പറഞ്ഞിട്ടുള്ളൂ.

സന്ധ്യയായാൽ കള്ള് കണക്കറ്റ് മോന്തി തമിഴൻ വരും. പിന്നെ അയാൾ പറയുന്നതും പാടുന്നതുമൊക്കെ ബിലാൽ റേഡിയോ കേൾക്കും പോലെ കേൾക്കണം.

അന്നേരം പാഠപുസ്തകങ്ങൾ നിവർത്തി വായിക്കാനൊന്നും അനുവദിക്കില്ല തമിഴൻ.

മദ്യപനെങ്കിലും ഒരു നേരംപോലും പൊരിയുന്ന വയറുമായി ബിലാലിനെ അയാൾ ഇരുത്തിയിട്ടില്ല.

ഇങ്ങനെ കഴിഞ്ഞ കാലത്തെ ഒരു ആൽബത്തിലെ ഫോട്ടോകളെന്ന പോലെ കണ്ടുകൊണ്ട് ഞാനിപ്പോൾ നഗരത്തിലെ പ്രധാന നിരത്തിൽ വെച്ച് ബിലാലിനെ കാണുകയാണ്.

മുൻകൂട്ടി തീരുമാനിച്ച കൂടിക്കാഴ്ചയൊന്നുമല്ലയിത്. യാദൃച്ഛികമായി കണ്ടു. അത്രതന്നെ. അവന്റെ കൈവിരലുകൾ വല്ലാതെ വിറയ്ക്കുന്നുണ്ട്. രാവിലെയുള്ള മദ്യസേവ മുടങ്ങിയതു കൊണ്ടോ ഞരമ്പുകളിലേക്ക് മയക്ക് മരുന്ന് കുത്തിവെക്കാത്തതുകൊണ്ടോ?

ഇതേക്കുറിച്ചൊന്നും അറിയില്ല. ഞാനെത്ര വർഷമെത്തി കാണുകയാണ് ബിലാലിനെ. അതുകൊണ്ടുതന്നെ കാലമവനിലെന്ത് ആന്തരിക

പരിണാമമാണ് സംഭവിപ്പിച്ചിട്ടുള്ളതെന്ന് ഞാനെങ്ങനെ അറിയും.

ഇടയ്ക്ക് പൊലീസ് വാഹനം കാണുമ്പോൾ അവനെന്നെ കടകളുടെ പിന്നാമ്പുറത്തേക്ക് മാറ്റിനിർത്തി.

"ബിലാലേ നിനക്കിപ്പോയെന്താ പണി?"

"ആളെ കൊല്ലൽ..."

നർമ്മം കേട്ട മട്ടിൽ ഞാൻ ചിരിക്കവേ അവൻ പറഞ്ഞു.

"ചിരിക്കാൻ പറഞ്ഞതല്ല. എന്റെ പണിയിപ്പോൾ അത് തന്നെയാ..."

അവനെല്ലാ ദൈവങ്ങളെയും പിടിച്ച് ആണയിട്ടിട്ടും എനിക്കവന്റെ തൊഴിലിനെ അവിശ്വസിക്കേണ്ടി വന്നു. കാരണമൊരു ജീവിതത്തേയും ഹിംസിക്കരുതെന്നും എല്ലാവരേയും സ്നേഹിക്കണമെന്നുമായിരുന്നു അവനെന്നെ ഉപദേശിച്ചിരുന്നത്. അങ്ങനെയൊരു നന്മയുടെ പാഠമാണ് ഞങ്ങൾ നിത്യവും ഉരുവിട്ടിരുന്നത്. ആ ബിലാൽ എവിടെ?

"നീയിപ്പോൾ സുഹറയെ കാണാറുണ്ടോ?"

സുഹറ. അവളവന്റെ കാമുകിയായിരുന്നു. കാക്കയെപോലെ കറുത്തവളാണ് സുഹറയെങ്കിലും ബിലാലിനോളം വിരൂപമായിരുന്നില്ല.

"അവളിപ്പോൾ വേശ്യയാണ്."

ഞാൻ വീണ്ടും ഞെട്ടുന്നു.

"നീ വേഗം പോകൂ.."

അവൻ ധൃതി കൂട്ടി.

"ഞാനിപ്പോൾ നിനക്ക് അതൃപ്തികരമായ ഒരു പദ്ധതിയുമായി ബന്ധപ്പെട്ടാണിവിടെ നില്ക്കുന്നത്. പോകൂ. പ്ലീസ് നമുക്ക് പിന്നെ കാണാം."

ഞാൻ നടന്നു.

ഇതെനിക്ക് പരിചിതനായ ബിലാലല്ല. അവനെ കാലം കൊന്നിരിക്കുന്നു. അവന് ഈ കാലഘട്ടത്തിന് ആവശ്യമില്ലാത്ത നേരും സ്നേഹവും മനുഷ്യത്വവുമേ അറിയാമായിരുന്നുള്ളൂ.

ബിലാലിനെ കാണേണ്ടിയിരുന്നില്ലെന്നും കണ്ട നിമിഷത്തെ ശപിച്ചും ബിലാലിനെയല്ല കണ്ടതെന്ന് ഞാനെന്നെ തന്നെ വിശ്വസിപ്പിക്കുവാൻ ശ്രമിച്ചുകൊണ്ടും അകത്തേയും പുറത്തേയും പൊള്ളിപ്പിക്കുന്ന നഗരവെയിലിലൂടെ നടന്നു.

തികച്ചും യാദൃച്ഛികം

പറഞ്ഞാൽ വിശ്വസിക്കില്ലെന്നും ഒരു കെട്ടുകഥപോലെ ദുരൂഹം എന്നൊക്കെ പറഞ്ഞാണ് അവൻ തുടങ്ങിയത്. അവനങ്ങനെയാണ് പറയുന്നത്. ഒരു നിസ്സാര കാര്യമാകും പക്ഷേ, എന്തുപറയുമ്പോഴും വിഷയത്തേക്കാൾ നീണ്ടൊരു ആമുഖം അവന് ആവശ്യമാണ്. പറയുന്നതൊക്കെ നേരാകണമെന്ന് നിർബ്ബന്ധമുള്ള ഒരുവനാണല്ലോ പറയുന്നതെന്നതുകൊണ്ട് കേട്ടിരിക്കുന്നു. ഇതാ ഇപ്പോഴും സംഭവിച്ചുകൊണ്ടിരിക്കുന്നത് ഇതൊക്കെത്തന്നെ.

മണിക്കൂറുകളായി ഞാനീ സുഹൃത്തിനു മുന്നിലിരിക്കുന്നു. ഇതിനിടയിൽ ഞങ്ങളെത്ര ബീഡി വലിച്ചു. ചായ കുടിച്ചു. എന്നിട്ടും വിഷയത്തിന്റെ ഏഴയലത്തുപോലും അവനെത്തിയിട്ടില്ല. ബോധപൂർവ്വമോ അബോധപൂർവ്വമോ അവന്റെ ആകാംക്ഷയെ, സംഭവത്തെ അറിയുവാനുള്ള ആഗ്രഹത്തെ അവഗണിക്കുകയാണോ എന്നുപോലും ഞാൻ ആലോചിക്കാതിരുന്നില്ല.

അവനിപ്പോഴും ആമുഖം കടന്നിട്ടില്ല. എനിക്ക് ക്ഷമ നശിക്കുകയാണ്. ഞാനവനെ ആമുഖം ഉപേക്ഷിച്ച് വിഷയത്തിലേക്ക് മടങ്ങുവാൻ പ്രേരിപ്പിക്കുന്നുണ്ട്.

ഇങ്ങനെ ശ്രമകരമായ ഒരുപാട് കൃത്യങ്ങൾക്കുശേഷമാണ് അവനെന്നെ അത്രയൊന്നും തിരക്കില്ലാത്ത ഒരു തീവണ്ടിയാപ്പീസിലേക്ക് കൂട്ടിക്കൊണ്ടു പോകുന്നത്. സമയം പാതിരയോടടുത്തുകാണും. അവൻ ഞാനിനിയും കണ്ടിട്ടിട്ടില്ലാത്ത എന്നാൽ പറഞ്ഞറിവ് മാത്രമുള്ളൊരു നഗരത്തിലേക്ക് പോവുകയാണ്. ഒരു ഭാഗ്യാന്വേഷിയായി.

ഓടിക്കിതച്ച ഒരോട്ടക്കാരനെപ്പോലെ പാളത്തിൽ വിശ്രമിക്കുന്ന തീവണ്ടിയുടെ ഒഴിഞ്ഞ അറകളിലൊന്നിലേക്ക് കയറുകയാണ് അവനിപ്പോൾ.

വണ്ടി പതുക്കെ ചലിച്ചുതുടങ്ങിയ നേരത്താണ് അയാൾ കമ്പാർട്ടുമെന്റി ലേക്കു കയറിവന്നത്. അത്രയൊന്നും പ്രസന്നമല്ലാത്ത മുഖഭാവത്തോടെ. അവൻ തുടർന്നു.

ചാരനിറത്തിലുള്ള ഒരു സ്യൂട്ടാണ് അയാൾ അണിഞ്ഞിരുന്നതെന്നും ചുണ്ടിൽ പുകയണഞ്ഞ ഒരു പൈപ്പുണ്ടായിരുന്നുവെന്നും അയാളുടെ വേഷവിധാനങ്ങളിൽനിന്നും ഭാവങ്ങളിൽനിന്നും തന്നെക്കാൾ എത്രയോ ഉയർന്നവനാണ് അയാളെന്നു തോന്നി. അവൻ പറയുന്നു മുപ്പതു വർഷം നീണ്ട ജീവിതകാലത്തിനിടയിൽ അയാളെപ്പോലൊരു സുന്ദരനെ അവൻ പിന്നെ കണ്ടിട്ടേയില്ലെന്ന്.

അവനെതിരെയാണ് അയാൾ ഇരുന്നിരുന്നതെങ്കിലും അവനെ അയാൾ ശ്രദ്ധിക്കുന്നുണ്ടായിരുന്നില്ല. പുറത്തെ ഇരുട്ടിലേക്കു കണ്ണുകൾ അയച്ചോ തീവണ്ടിച്ചക്രങ്ങൾ പാളത്തിൽ ഉരസുമ്പോൾ ഉയരുന്ന സംഗീ തമാസ്വദിച്ചോ അയാളിരുന്നു.

ഏകാന്തത ഇഷ്ടപ്പെടുന്ന ഒരാളാകും അയാൾ. അല്ലെങ്കിൽ സംസാര ശക്തി നഷ്ടപ്പെട്ടവൻ. അതുമല്ലെങ്കിൽ അന്തർമ്മുഖൻ.

എത്രനേരമെന്നു പറഞ്ഞാ ഈ മൗനത്തെ സഹിക്കുക. എന്തെങ്കിലും മിണ്ടിയും പറഞ്ഞുമിരിക്കാൻ മൂന്നാമതൊരാൾകൂടി കമ്പാർട്ടുമെന്റിലേക്ക് കടന്നുവന്നിരുന്നെങ്കിലെന്ന് അവൻ ആഗ്രഹിച്ചു. ഓരോ സ്റ്റേഷനിൽ വണ്ടി നില്ക്കുമ്പോഴും അവനീ മൂന്നാമനെ പ്രതീക്ഷിച്ചു. മൂന്നാമനാകുവാൻ ഇനി യുമൊരാൾ എത്തിയില്ലെന്നറിഞ്ഞിട്ടും അവൻ വെറുതെ പ്രതീക്ഷിച്ചു. ആ പ്രതീക്ഷ അവനെ സംബന്ധിച്ചിടത്തോളം സുഖകരവും ആനന്ദകരവു മായിരുന്നു.

അവസാനം അയാൾ തന്നെയാണ് ഈ മൗനത്തിന്റെ തടവ് ഭേദിച്ച തെന്നും അവനോർത്തു.

"ഹലോ... ഞാൻ ഡോക്ടർ പൃഥ്വിരാജ്."

എത്ര ആകർഷകമായിരുന്നു അയാളുടെ സ്വരമെന്നു അവനോർക്കാ നാകുന്നുണ്ട്.

"എങ്ങോട്ടു പോകുന്നു?"

അവൻ നഗരത്തിന്റെ പേരു പറഞ്ഞു.

"ഞാനും നിങ്ങൾ പറഞ്ഞ അതേ നഗരത്തിലേക്കുതന്നെയാണ് പോകുന്നത്. ഞാനാ നഗരത്തിൽ തന്നെയാണ് പിറന്നതും വളർന്നതും. ഇപ്പോൾ പ്രാക്ടീസ് ചെയ്യുന്നതും."

പിന്നെ ഒരു ഡോക്ടറെന്ന നിലയിൽ നഗരത്തിൽ അയാൾക്ക് നേടാ നായ പ്രശസ്തിയെക്കുറിച്ചും നിസ്സാരമെന്നുമാത്രം പറയാവുന്ന ഒരു വഴ ക്കിനെച്ചൊല്ലി ആത്മഹത്യ ചെയ്ത മകളെക്കുറിച്ചും. അയാളെ അപമാ നിക്കുകയെന്ന ലക്ഷ്യത്തോടെ മാത്രം ഏതോ ഒരുവന്റെ കൂടെ ഒളിച്ചോ ടിയ ഭാര്യയെക്കുറിച്ചുമൊക്കെ അയാൾ പറഞ്ഞുകൊണ്ടിരുന്നു. നഷ്ടങ്ങ ളുടെ തുടർച്ചയായിരുന്നു അയാളുടെ ജീവിതം.

"ഇത്രയൊക്കെ ഞാൻ എന്നെക്കുറിച്ചു പറഞ്ഞില്ലേ സുഹൃത്തേ. ഇനി

നിങ്ങളെക്കുറിച്ച്."

സ്നേഹനിഷേധത്തിന്റെ ഇരുട്ടുവീണ ഒരു വാടകവീട്ടിലേക്കാണ് അവൻ അയാളെ നയിച്ചത്. അവിടെ അയാൾ ആദ്യം കണ്ടത് അവന്റെ അച്ഛനെയാണ്. നേരിനും നെറിവിനും വേണ്ടി വാദിച്ചവസാനം ഒറ്റപ്പെട്ട ഒരു ദ്വീപു പോലെയായ മനുഷ്യൻ. വൈകിമാത്രമുദിച്ച ഉത്തരവാദിത്വ ബോധവും വാർദ്ധക്യവും രോഗവും നിമിത്തം ആ മനുഷ്യനാകെ അവശനായിരുന്നു. സത്യത്തിൽ അവന്റെ അച്ഛനെ കണ്ടപ്പോൾ അയാൾക്ക് കരയുവാനാണ് തോന്നിയത്. അത്രയേറെ സഹതാപമർഹിക്കുന്നുണ്ടായിരുന്നു ആ മനുഷ്യൻ. പിന്നെ അയാൾ കണ്ടത് ഒരു ചീർത്ത സ്ത്രീയെയാണ്. അതവന്റെ അമ്മയായിരുന്നു. അവരപ്പോഴും അവനെ തെറിവിളിക്കുന്നുണ്ടായിരുന്നു.

മറ്റുള്ളവരുടെ പുരോഗതിക്കൊപ്പം ഉയരാനാകാത്ത അവനെക്കുറിച്ച് അവർക്കെന്നും പരാതികളേ ഉണ്ടായിരുന്നുള്ളൂ. അടുക്കളയിൽനിന്ന് ഉച്ചത്തിലുള്ള പൊട്ടിച്ചിരികളും സംസാരവും അയാൾ കേട്ടിരുന്നു. അതവന്റെ സഹോദരിമാർ പുതുതായി കിട്ടിയ പരദൂഷണമെന്തോ പങ്കുവെക്കുകയാണ്. മുറിയിലെ തൊട്ടിലിൽനിന്ന് കുട്ടിയുടെ കരച്ചിൽ അയാൾക്ക് കേൾക്കാനായി. അതവന്റെ വിവാഹം കഴിഞ്ഞ സഹോദരിയുടെ കുട്ടി പാലിനോ കളിപ്പാട്ടത്തിനോ വേണ്ടി കരയുകയായിരുന്നു. ആശ്വാസത്തിന്റേതായ ഒരു ശബ്ദവും ആ മുറിയിലേക്കു നീങ്ങുന്നില്ലെന്നതും അയാളെ അത്ഭുതപ്പെടുത്തി. തീർന്നു സുഹൃത്തെ എന്റെ കുടുംബകാഴ്ചകൾ. അവൻ അയാളോടു പറഞ്ഞു.

"ഇതാണെന്റെ വിലാസം. നഗരത്തിൽ എത്തിയാലുടൻ നിങ്ങളെന്നെ അന്വേഷിക്കണം. നഗരത്തിൽ സഹായിക്കാമെന്നു പറയുന്നവർതന്നെ സഹായിച്ചില്ലെന്നുവരും. നഗരമങ്ങനെയാണ്. നിങ്ങളെ സഹായിക്കുവാൻ കഴിവുള്ള ഒരുപാടുപേർ എന്റെ അറിവിലുണ്ട്."

നഗരത്തിൽ എത്തിയാലുടനെ അയാളെ ചെന്നു കാണാമെന്ന് അവൻ അയാൾക്ക് ഉറപ്പുകൊടുത്തു.

അവന് തലവേദനിക്കുന്നുണ്ടായിരുന്നു. ഈയിടെയായി അങ്ങനെയാണ്. എന്തെങ്കിലും ചിന്തിച്ചുതുടങ്ങുമ്പോഴേക്കും തലവേദനിച്ചുതുടങ്ങും. പിന്നെ ഒന്നും ഓർക്കാനാകില്ല. ഒരു ഡോക്ടറാണല്ലോ മുന്നിലിരിക്കുന്നതെന്ന് കരുതി അവൻ പറഞ്ഞു.

"വല്ലാത്ത തലവേദന."

അയാൾ സ്യൂട്ട്കെയ്സ് തുറന്ന് ഒരു ചെറിയ കുപ്പി പുറത്തെടുത്തു. അതിൽ ദ്രാവകംപോലെ എന്തോ ഒന്നുണ്ടായിരുന്നു.

"കണ്ണുരണ്ടും തുറന്നുപിടിച്ചേ..."

അവൻ അനുസരിച്ചു.

ദ്രാവകം കണ്ണിൽവീണതും അവനൊന്നു മയങ്ങി. പിന്നെ സ്വപ്നങ്ങളായിരുന്നു. ചെറുപ്പകാലങ്ങളിലെന്നോ മുത്തശ്ശിയവന് കൈമാറിയ കഥകളിലെ മാലാഖമാരും മറ്റും അവന്റെ സ്വപ്നങ്ങളിൽ. അവരവനെ ഊഞ്ഞാ

ലിൽ ആകാശത്തിന്റെ ഉയരങ്ങളോളം ഉയർത്തുന്നു. ഇതുവരെ രതിയും ഭയവുമായ സ്വപ്നങ്ങളവന് ആഹ്ലാദകരമാകുന്നു.

സ്വപ്നങ്ങളിൽ നിന്നുണർന്നു നോക്കുമ്പോൾ അവനുമുന്നിൽ അയാളെന്ന് അവനിതുവരെ പറഞ്ഞ ഡോക്ടർ പൃഥ്വിരാജില്ല.

അയാൾക്കെന്താണ് സംഭവിച്ചത്? നഗരമെത്താൻ ഇനിയുമെത്രയോ ദൂരം താണ്ടണം. ഒരുപക്ഷേ, അയാൾ കമ്പാർട്ടുമെന്റ് മാറിയതാകും. വണ്ടി ഓരോ സ്റ്റേഷനിൽ നില്ക്കുമ്പോഴും കമ്പാർട്ടുമെന്റുകൾ തോറും അവനയാളെ അന്വേഷിച്ചു. അവനിപ്പോൾ നില്ക്കുന്നത് യാത്രക്കാർക്കായുള്ള അവസാന കമ്പാർട്ടുമെന്റിലാണ്. ഏതെങ്കിലും സ്റ്റേഷന്റെ അപരിചിതത്വത്തിൽ കുടുങ്ങിപ്പോയതാകും അയാൾ. തീർച്ചയായും നഗരത്തിൽവെച്ച് തനിക്കയാളെ കാണാനാകുമെന്ന് അവൻ സമാധാനിച്ചു.

നഗരത്തിൽ എത്തിയ ഉടനെ അവനന്വേഷിച്ചത് അയാളെയാണ്.

അപ്പോഴവന് നഗരം കൊടുത്ത ഉത്തരം രസകരമായിരുന്നുട്ടോ? ഉത്തരമെന്തെന്നല്ലേ? പറയാം. ഡോക്ടർ രണ്ടു മൂന്നു മാസങ്ങൾക്കു മുമ്പ് ഒരു വാഹനാപകടത്തിൽ മരിച്ചുവെന്നു പറയുന്നതു മറ്റാരുമല്ല. അയാളുടെ വിശ്വസ്തനായ കുശിനിക്കാരൻ രാംലാൽ. അയാളുടെ ശവദാഹത്തിനും മരണത്തിനും വരെ സാക്ഷിയായിരുന്നു അയാൾ, കാരണം ആ വാഹനാപകടത്തിൽനിന്ന് അത്ഭുതകരമാംവിധം രക്ഷപ്പെട്ടത് രാംലാൽ മാത്രമാണ്. തീവണ്ടിയാത്രയ്ക്കിടയിൽ ഡോ. പൃഥ്വിരാജിനെ കണ്ടകാര്യമൊന്നും അവൻ രാംലാലിനോട് പറഞ്ഞില്ല. അത് പറയുവാനുള്ള ധൈര്യം അവനുണ്ടായിരുന്നില്ലെന്നതാണ് നേര്.

അകലെയെവിടെയോ ഒരു തീവണ്ടിയുടെ നീണ്ട ചൂളം വിളി കേൾക്കുന്നുണ്ട്. ഒരുപക്ഷേ, ഒരു തീവണ്ടിയുടെ ഒഴിഞ്ഞ അറകളിലേതോ ഒന്നിൽ ഡോക്ടർ പൃഥ്വിരാജ്.

എലികളേ മാപ്പ്

ഒരു എലിയാണ് കാര്യങ്ങൾ ഇത്രയേറെ വികൃതമാക്കിയത്. വീട്ടിൽ എലിശല്യം വർദ്ധിച്ചപ്പോഴാണ് എനിക്കു തന്നെ തീർത്തും അനിഷ്ടകരമായ എലിയെ കൊല്ലുകയെന്ന ആ തീരുമാനത്തിൽ ഞാൻ എത്തിയത്. ഒരു എലിയെ കൊല്ലുകയും ചെയ്തു. അല്പം കടുത്തു പോയി ഈ തീരുമാനമെന്ന് ഒന്നും ചെയ്യാനില്ലാതിരുന്ന ഒരു നേരത്ത് എന്റെ രക്ഷകർത്താവായ മനസ്സ് എന്നെ ഉപദേശിക്കുകയും ചെയ്തു. രക്ഷകർത്താവിന്റെ ഉപദേശത്തിന് ഇനിയെന്ത് പ്രസക്തി? ഇനിയുള്ള കാലങ്ങളിൽ ഒരു ജീവിതത്തിനും കുരുക്ക് തീർക്കുവാൻ ഞാനില്ല. ഇപ്പോൾ തന്നെ ഇത്തരമൊരു തെറ്റിന്റെ കുഴിയിൽ വീണ് എന്റെ നട്ടെല്ല് ഒടിഞ്ഞിരിക്കുന്നു. ഒരു എലിയെ കൊന്നതിന് നിലവിളിക്കുന്ന വിഡ്ഢി. ഈ ഇരുപതാം നൂറ്റാണ്ടിൽ ഇതെല്ലാം ഒരു കാര്യമുള്ള കാര്യമാണോ? നിസ്സാരം. നിങ്ങൾ പറഞ്ഞുവെന്ന് വരാം. എനിക്കു മുൻപാകെ നിങ്ങളുടെ ചിരി വിടർന്ന് നില്ക്കുന്ന പരിഹാസത്തിന്റെ നിഴലുകൾ വീണ മുഖങ്ങൾ നിരക്കുന്നു. സുഹൃത്തേ, കാര്യങ്ങൾ അറിഞ്ഞതിന് ശേഷമാകട്ടെ നിങ്ങളുടെ ചിരിയും പരിഹാസവും. അതുവരെ ഈ ചിരിയും പരിഹാസവും എവിടെയെങ്കിലും കരുതി വെക്കുക.

വേണ്ടത് വേണ്ട നേരത്ത് ചെയ്യുവാനും വേണ്ടാത്തത് വേണ്ടാത്ത നേരത്ത് ചെയ്യാതിരിക്കുവാനും അറിഞ്ഞുകൂടാത്ത ഒരു പാവമാണ് ഞാനെന്ന് പലരും പറഞ്ഞു കേട്ടിട്ടുണ്ട്. അസൂയകൊണ്ടാണോ, സഹതാപം കൊണ്ടാണോ ആളുകൾ ഇതെല്ലാം പറയുന്നതെന്ന് ഞാൻ ആലോചിച്ചിട്ടില്ല. കഴിഞ്ഞ ഇരുപതു വർഷമായി ഞാൻ എന്നെക്കുറിച്ച് കേൾക്കുന്ന അഭിപ്രായം എന്റെ ജീവിതവഴി അഹിംസയുടേതാണ്. സംശയമുള്ളവർക്ക് സ്വാഗതം! എന്റെ ജീവിതം എനിക്ക് പരിചിതമായ ഒരു

പുസ്തകം പോലെ ഞാൻ അവർക്കു മുന്നിലേക്കു എറിഞ്ഞുകൊടുക്കാം. പരിശോധനയുടെ കണ്ണട ധരിച്ച് അവർ എന്റെ ജീവിത താളുകളിലൂടെ കണ്ണുകളെ മേയ്ക്കട്ടെ. ജീവിതത്താളുകളിൽ എവിടെയെങ്കിലും ഹിംസയുടെ കറുത്ത പാടുകൾ കണ്ടെത്തുവാൻ കഴിയുമോയെന്ന് നോക്കട്ടെ. എനിക്ക് ഉറപ്പുണ്ട്. അവർ പരാജയത്തിന്റെ കാൽച്ചുവട്ടിൽ തളർന്ന് വീഴുമെന്ന്.

ഛേ, ഞാൻ എന്റെ സ്വകാര്യതകളിൽ മാത്രം ചുറ്റിക്കറങ്ങുന്നു! എലിയെ മറക്കുന്നു. വീണ്ടുവിചാരമില്ലാതെ സംഭവിച്ചു പോയ ഒരു എലി മരണത്തെക്കുറിച്ച് അതിന്റെ രസകരമായ പടവുകളിലേക്ക് ഞാൻ വീണ്ടും ഇറങ്ങിവരട്ടെ!

ഞങ്ങൾ വീട്ടുകാർ ഉറക്കമുണർന്നാൽ ആദ്യം ശ്രദ്ധിക്കുക എലിപ്പെട്ടിയെയായിരിക്കും. ഈ എലിപ്പെട്ടി കുറേക്കാലം ഒളിവിലായിരുന്നു. എവിടെയായിരുന്നു എന്നൊന്നും ചോദിച്ചേക്കരുത്. അറിഞ്ഞുകൂടാ! അല്ലെങ്കിൽ കുടുംബത്തെ ഏത് കാര്യങ്ങളാണ് തനിക്ക് കൃത്യമായ ഉത്തരമുള്ളത്. മറ്റുള്ളവരെപ്പോലെ എനിക്കും പുറംലോകത്തൂടെ ആഹ്ലാദിച്ചു നടക്കണമെന്നുണ്ട്. സ്കൂട്ടറിൽ പോകേണ്ട. കാറിൽ ഓടണ്ട. സദാ കാൽനട. പക്ഷേ, ഭയം, നിരപരാധികൾക്ക് നേരെ കണ്ണുമിഴിക്കുന്ന പൊലീസ്. പരദൂഷണ പോസ്റ്റുമോർട്ടം നടത്തുന്ന ആളുകൾ. ആകെ പുറത്തിറങ്ങുന്നത് അന്നത്തെ അപ്പം അന്വേഷിച്ചോ അക്ഷരങ്ങളുടെ സൗഹൃദം പങ്കിടാനോ മാത്രം. തിയേറ്ററിലെ ഇരുട്ടിനെപോലും തേടിയ കാലം മറന്നു. ആഗ്രഹമില്ലാഞ്ഞിട്ടാണോ? തീർച്ചയായും ഇല്ല. ഭയം. ഒറ്റയ്ക്ക് ഒരിടത്ത് പോകുവാനും എനിക്ക് ധൈര്യമില്ല. പിന്നെ എന്തിന് ജീവിക്കുന്നു. അങ്ങോട്ട് ആത്മഹത്യ ചെയ്തൂടെയെന്നെല്ലാം നിങ്ങളിൽ ചില ധൈര്യശാലികൾ ചോദിച്ചുവെന്ന് വരാം. ധീരരേ മാപ്പ്. ഒരു പാപത്തിന്റെയും പരിചയമില്ലാത്ത വഴികളിലേക്ക് എന്നെ വലിച്ചിഴയ്ക്കരുതേ.

ഞാൻ വീണ്ടും എന്റെ സ്വകാര്യതകളിൽ ചുറ്റിക്കറങ്ങുന്നു. ആ എലിപ്പെട്ടിയാണ് കാര്യങ്ങളുടെ നടത്തം തെറ്റിച്ചത്. ഒരു കാര്യം നേരാംവണ്ണം തെളിച്ചുകൊണ്ടു വരുമ്പോഴായിരിക്കും സ്വകാര്യത ഇടയ്ക്കു കയറി വീഴുക. ഇത് എന്റെ നന്മയോ തിന്മയോയായി പരിഗണിച്ചോളൂ. പരിഗണന നിഷ്പക്ഷമായിരിക്കണമെന്ന് മാത്രമേ നിർബ്ബന്ധമുള്ളൂ. ഈ കാലത്ത് നിക്ഷ്പക്ഷതയുടെ പിൻബലത്തിൽ കാര്യങ്ങളെ കാണുന്നതാരാണ്?

എലിപ്പെട്ടിയിൽ എല്ലാ പ്രഭാതങ്ങളിലും ഞാൻ ഒരു എലിയെ കാണുന്നു. നിസ്സഹായത തളം കെട്ടിയ മുഖങ്ങളിൽ. കാഴ്ചജീവിയെപ്പോലെ. തടവിന്റെ വേദനയിൽ കുരുങ്ങിപ്പോയ എലി വെപ്രാളപ്പെട്ടു പെട്ടിയുടെ ചതുരങ്ങളിൽ ഓടുന്നു. മെലിഞ്ഞ കമ്പികളിൽ ഭ്രാന്തമായി കടിക്കുന്നു. രക്ഷയുടെ വിശാലതകളിലേക്ക് പ്രവേശിക്കുവാനുള്ള ആഗ്രഹം എലിമുഖത്ത് ഒരു നക്ഷത്രമായി മിന്നുന്നു. ചണയിൽ തീർത്ത കുരുക്ക് പെട്ടിയുടെ മെലിഞ്ഞ കമ്പികൾക്കിടയിലെ നേർത്ത വിടവുകൾക്കിടയിലൂടെ

താഴേക്ക് എലിയുടെ കഴുത്തിനു ലക്ഷ്യമാക്കി കഴുത്തിൽ കുരുക്ക് മുറുകുന്നു. ഒരു പിടച്ചിൽ. പ്രാണനു വേണ്ടിയുള്ള നിലവിളി. ഒരു ജീവിതത്തിന്റെ അസ്തമയം.

യുവത്വത്തിന്റെ ഉണർവ്വിലേക്ക് ഉയർന്ന എലികളായിരുന്നു പലപ്പോഴും ഞങ്ങളുടെ ഇരകൾ.

പ്രഭാതത്തിലെ പ്രഥമചര്യയായിരിക്കുന്നു ഞങ്ങൾക്ക് ഈ എലിവധം. ഞങ്ങൾ ആദ്യം ഒത്തുകൂടുക ഈ എലിപ്പെട്ടിക്ക് മുൻപാകെയായിരിക്കും. പുതിയ ഇരയുടെ പിടച്ചിലിനും നിലവിളിക്കും അസ്തമയത്തിനും ശേഷമായിരിക്കും ഞങ്ങൾ ഞങ്ങളുടെ ചര്യകളിലേക്ക് മടങ്ങുക. പിതാവായിരിക്കും മിക്കവാറും ആരാച്ചാരുടെ കൃത്യം നിർവ്വഹിക്കുക. അല്ലെങ്കിൽ അടുക്കള ഭരിക്കുന്ന ചീർത്ത സഹോദരി, സഹോദരിയുടെ അസാന്നിദ്ധ്യത്തിൽ അനുജൻ. ഞാൻ ഒരു ദിവസം മാത്രമേ ആരാച്ചാരുടെ വേഷമണിഞ്ഞുള്ളൂ. ആരാച്ചാരുടെ വേഷത്തിൽ ഞാൻ വേണ്ടത്ര ശോഭിച്ചില്ലെന്നാണ് അനുജനും സഹോദരിയും പറഞ്ഞത്. അത് അങ്ങനെയല്ലേ സംഭവിക്കൂ! ദുരന്തങ്ങളുടെ കാവല്ക്കാരനാകുവാൻ എനിക്ക് ജീവിതത്തിൽ എപ്പോഴെങ്കിലും കഴിഞ്ഞിട്ടുണ്ടോ?

വീടിന്റെ മച്ചിൻമുകൾ വർഷങ്ങളായി എലികൾ തീറെഴുതി വാങ്ങിയിരിക്കുകയാണ്. ഇടയ്ക്ക് അവയുടെ ചവിട്ടു നാടകം കേൾക്കാം. അവയുടെ കുഞ്ഞുങ്ങൾ ജീവിതത്തിലെ ഏറ്റവും വലിയ രക്ഷാമാർഗ്ഗമായ ഓട്ടം പഠിക്കുകയാകാം. ചിലപ്പോൾ ശാസനയുടെ രൂപത്തിലുള്ള ശബ്ദവും പിന്നെ കരച്ചിലും കേൾക്കാം. ഉച്ചഭാഷിണികളെപ്പോലും പിന്നിലാക്കുന്ന നിലവിളി. കുഞ്ഞുങ്ങൾ കുരുത്തക്കേടുകൾ കാണിക്കുമ്പോൾ അവയെ ശാസിക്കുകയാകാം. എലികൾക്കും കാണുമല്ലോ ഒരു ജീവിതക്രമം?

രാത്രികളിൽ എലികളുടെ കനത്ത കാലൊച്ചകൾ കേട്ട് ഞങ്ങളിൽ ചിലർ ഞെട്ടി എഴുന്നേല്ക്കാറുണ്ട്. പാവം കള്ളന്മാരെ ഞങ്ങൾ ഈ എലികൾ കാരണം എത്രയോ പ്രാവശ്യം തെറ്റിദ്ധരിച്ചിരിക്കുന്നു. എലികളുടെ കൃത്യങ്ങൾ കെട്ടുകഥകൾ പോലെയാണ് ഞങ്ങൾക്ക് അനുഭവപ്പെട്ടിട്ടുള്ളത്. മനുഷ്യന് മാത്രം ചെയ്യുവാൻ കഴിയുന്ന കാര്യങ്ങൾ എലികളാണ് ചെയ്തതെന്നു പറഞ്ഞാൽ വിശ്വസിക്കുവാൻ കഴിയുമോ? രാത്രിയായാൽ എലികളുടെ കളിക്കളമാണ് അടുക്കള. നഷ്ടങ്ങളുടെ കണക്കുകൾ വർദ്ധിപ്പിക്കുവാൻ മാത്രമേ ഈ എലികളുടെ സാന്നിദ്ധ്യം സഹായിച്ചിട്ടുള്ളൂ. മദമിളകിയ ആനയ്ക്ക് വിധേയമായ ഉത്സവപ്പറമ്പുപോലെയായിരിക്കും രാവിലെ അടുക്കളമുഖം.

ഈ നിസ്സഹായ പശ്ചാത്തലത്തിലാണ് ഞാൻ ഒരു എലിയെ കൊന്നിട്ടുള്ളത്.

എലികളുടെ കോടതിയിലെ പ്രതിക്കൂട്ടിലാണ് ഞാൻ ഇപ്പോൾ നില്ക്കുന്നത്. വിശ്വസിക്കുവാൻ പ്രയാസം കാണും. കാര്യങ്ങളെ ആദ്യം അവിശ്വസിക്കുകയും പിന്നെ വിശ്വസിക്കുകയും ചെയ്യുകയെന്ന തലകീഴായ സമീപനമാണല്ലോ ഇന്നത്തേത്? എന്നെ കാണുന്നവർക്ക് എലികൾ

എനിക്കു മേൽ പ്രയോഗിച്ച ബലത്തെക്കുറിച്ച് പറഞ്ഞറിയിക്കേണ്ടി വരില്ല. എന്റെ നിസ്സഹകരണം അവർക്ക് ഒരു പ്രശ്നമേയായിരുന്നില്ല. സംഘടിത ശക്തി പരാജയത്തിനു മുൻപാകെ ശിരസ്സു നമിച്ചതായി കേട്ടിട്ടുണ്ടോ? അങ്ങനെ ഒരു ചരിത്രമുണ്ടോ?

ശരീരത്തിൽ നിറയെ മുറിവുകൾ. മുറിവുകളിൽനിന്ന് രക്തമൊഴുകുന്നുണ്ട്. ഷർട്ടിലും പാന്റിലും നിറയെ കീറലുകൾ. ഞാൻ ധരിച്ചിരിക്കുന്നത് എനിക്ക് ഏറ്റവും പ്രിയപ്പെട്ട പാന്റും ഷർട്ടുമാണ്. ദൈവമേ, ഇനി ഇത്തരമൊരെണ്ണം തീർക്കാൻ എത്രകാലം കാത്തിരിക്കണം. യജമാന ദൈവങ്ങളുടെ എത്ര ചീത്തവിളി കേൾക്കണം. എത്ര രാത്രികൾ ഉറക്കമൊഴിക്കണം. എല്ലുമുറിയെ എത്ര പണി ചെയ്യണം. നഷ്ടപ്പെട്ടത് നഷ്ടപ്പെട്ടു!

ഞാനൊരു വിചാരണയ്ക്ക് വിധേയനാകുകയാണ്. എലിവധം തന്നെ പ്രശ്നം. വധത്തിനുള്ള പശ്ചാത്തലം വിശദമാക്കുവാനുള്ള ശ്രമത്തിലായിരുന്നു ഞാൻ. പക്ഷേ, അവർ എന്റെ വിശദം കേൾക്കുന്നതിനുള്ള ക്ഷമ കാണിച്ചില്ല. ഒരു മനുഷ്യ പിൻബലവും ഇല്ലാത്ത ഞാൻ പ്രതിഷേധിക്കുന്നത് എങ്ങനെ? ഞാൻ എലികളുടെ വാദങ്ങളെ അംഗീകരിക്കേണ്ട ഗതികേടിലായിരുന്നു.

ഭാഷയെക്കുറിച്ചുള്ള അജ്ഞത വിചാരണയുടെ ആദ്യങ്ങളിലെല്ലാം ഒരു പ്രതിബന്ധമായി. പിന്നെ എനിക്ക് വഴങ്ങുന്ന ശത്രുവിനെപ്പോലെയായി ഭാഷ.

“ഇവൻ നമ്മുടെ വർഗ്ഗ നശീകരണത്തിന് ശ്രമിക്കുന്നു.”

ഇതാണ് എന്റെ മേൽ ആരോപിതമായ കുറ്റം. ഒരു എലിയെ കൊല്ലുന്നതിലൂടെ വർഗ്ഗം മുഴുവൻ നശിക്കുമോ? ചോദ്യം ചെയ്തു കൂടാ. ബഹുമാനപ്പെട്ട കോടതിയാണ് പറയുന്നത്. കോടതിയുടെ യുക്തിരാഹിത്യത്തെ ചോദ്യം ചെയ്യുവാൻ താൻ ആര്? ഒരു പുഴുവിന്റെ അത്രയ്ക്ക് പോലും വ്യക്തിത്വം അവകാശപ്പെടാനില്ലാത്ത താൻ ഒരു കോടതിയുടെ യുക്തിക്കു മേൽ കുതിര കയറുകയോ? ഞാൻ ഒരു സത്യത്തെയും പൂഴ്ത്തിവെക്കുവാൻ ശ്രമിച്ചില്ല. നുണ പറയുന്ന പതിവ് പണ്ടേയില്ല. എല്ലാം തലകുലുക്കി സമ്മതിച്ചു. എലികൾക്ക് അനുകൂലമായ കാര്യങ്ങൾ അവ കുറിച്ചെടുത്തു.

ന്യായാസനത്തിൽ അമർന്നിരുന്നു ചീർത്ത എലിയദ്ദേഹത്തിന്റെ കോപത്താൽ വിറയ്ക്കുന്ന നീണ്ട മീശരോമങ്ങളിലേക്കും വലിയ കണ്ണുകളിലേക്കും നോക്കുവാൻ എനിക്കു കഴിഞ്ഞില്ല. ഒരു ദുഃസ്വപ്നം ഉണർത്തുന്ന ഭീതി അദ്ദേഹത്തിന്റെ മുഖം എന്നിലും സൃഷ്ടിച്ചു. ഈ പ്രതിക്കൂട്ടിൽ നില്ക്കുവാൻ തുടങ്ങിയിട്ട് ഒരേയൊരു പ്രാവശ്യമേ ഞാൻ ന്യായാസനത്തിലേക്ക് നോക്കിയുള്ളൂ. പിന്നെ നോക്കുവാൻ എനിക്ക് ധൈര്യമുണ്ടായില്ല.

“എലിയെ കൊന്നത് ഞാൻ തന്നെ....” ഞാൻ പറഞ്ഞു.

എലികൾ എനിക്ക് വരുത്തി വെച്ച നഷ്ടങ്ങളുടെ വരൾച്ച കാണുവാൻ ഞാൻ കോടതിയെ ക്ഷണിച്ചപ്പോൾ താൻ കേസിന് വെളിയിലേക്ക് പോകുന്നുവെന്നു താക്കീതുണ്ടായി. എന്റെ ബുദ്ധിയുടെ അപര്യാപ്തത

യാണ് ഈ വധത്തിന് പിന്നിലെന്ന് ഞാൻ പറഞ്ഞപ്പോൾ ന്യായാസനത്തിൽ അമർന്നിരുന്ന എലിയദ്ദേഹം ചിരിച്ചു. ഏതോ തമാശ കേട്ടിട്ടെന്നപോലെ.

ജാമ്യമോ പിഴയോ അർഹിക്കാത്തതാണ് എന്റെ കുറ്റമെന്നാണ് എലിയദ്ദേഹം പറയുന്നത്. മാലോകരേ സൂക്ഷിക്കുക! ഇനി മുതൽ എലിയെ കൊല്ലുന്നതിൽ നിന്ന് നിങ്ങൾ ഒഴിഞ്ഞു നില്ക്കുക. നിങ്ങൾ ഒരു എലിയെ കൊല്ലുമ്പോൾ നിങ്ങൾ നിങ്ങളുടെ ജീവിതത്തെ തന്നെയാണ് കൊല്ലുന്നത്. സംശയങ്ങളുടെ ആനുകൂല്യത്തിൽ പോലും നിങ്ങൾക്ക് ഈ എലി നിയമവേലികൾ ചാടി കടക്കുവാൻ കഴിയുകയില്ല. അങ്ങനെ തോന്നുമെങ്കിലും.

"എലികൾക്ക് നേരെ വധക്കുരുക്കുകളുമായി നടക്കുന്ന മനുഷ്യദ്രോഹികൾക്ക് ഒരു രക്തസാക്ഷിയായിരിക്കും നീ." എലിയദ്ദേഹം പറഞ്ഞു.

ഞാൻ എന്റെ നെഞ്ചിനുമേൽ കൈവച്ചു നോക്കി. ഇല്ല ചലിക്കുന്നുണ്ട്. എന്റെ ഈ പ്രവൃത്തി കോടതിയിൽ ഏതാനും നേരത്തേക്ക് നീണ്ട കൂട്ടച്ചിരിയുയർത്തി.

"വനനശീകരണവും കൊതുക് നിവാരണവും പോലെ ലാഘവബുദ്ധിയോടെ കൈകാര്യം ചെയ്യാവുന്നതാണ് ഞങ്ങളുടെ നശീകരണവുമെന്ന് നീയും നിന്റെ വർഗ്ഗവും ധരിച്ചുവോ? എങ്കിൽ തെറ്റി. ഞങ്ങൾക്ക് നേരെയുള്ള ഏത് ആക്രമണത്തേയും ഞങ്ങൾ പ്രതിരോധിക്കും."

എലികൾ എന്റെ ജീവിതത്തിന് ചിതയൊരുക്കി കഴിഞ്ഞു. രക്ഷയുടെ എല്ലാ വഴികളും എനിക്ക് അന്യമായിരിക്കുന്നു. രക്ഷപ്പെടണമെന്നുണ്ടെങ്കിൽ എലികളുടെ ഔദാര്യത്തെ ആശ്രയിക്കണം. പക്ഷേ, ഔദാര്യത്തിന്റെ ഭാണ്ഡങ്ങൾ അവർ എനിക്ക് അജ്ഞാതമായ ഏതോ സ്ഥലത്തേക്ക് മാറ്റിയിരിക്കുന്നു.

ഒരു ആക്രോശത്തോടെ എലികൾ എന്റെ ശരീരത്തിലേക്ക് പാഞ്ഞുകയറി. അവയുടെ ഉളിതുല്യമായ പല്ലുകൾ എന്റെ ശരീരത്തിൽ ആഴ്ന്നിറങ്ങി.

"അമ്മേ....."

ഞാൻ കണ്ണുതുറന്നു. മുന്നിൽ ബെഡ്റൂം ലാംപിന്റെ നേർത്ത നീല പ്രകാശം മാത്രം. ഞാനിതു വരെ ഒരു സ്വപ്നത്തിൽ സാക്ഷിയാകുകയായിരുന്നോ? അതോ യാഥാർത്ഥ്യത്തിനോ?

പൂച്ചകൾ

എന്റെ അപ്പന് പൂച്ചകളെന്നുവച്ചാ ജീവനാണ്. പൂച്ചകളോടുള്ള സ്നേഹനിഷേധവും ഭക്ഷണനിരാസവുമൊന്നും അപ്പൻ പൊറുക്കില്ല.

അമ്മയുമായി പിണങ്ങുമ്പോഴൊക്കെ അപ്പൻ പറയുന്നത് കേട്ടിട്ടുണ്ട്. ആ വളർത്തുപൂച്ചയുടെ അത്രേം സ്നേഹം പോലും ത്രേസ്യേ നിനക്ക് എന്നോടില്ലല്ലോയെന്ന്.

അതു കേൾക്കെ അമ്മയുടെ പിണക്കത്തിനും മൂർച്ചയേറും. പിന്നെ അവരൊരു നിലവിളിയുടെ നനവിലേക്കു നീങ്ങുകയും ചെയ്യും.

അനിയത്തിയുടെ മകൾ ജയയാണ് രാവിലെ ഉറക്കമുണർന്ന എന്നെ പൂച്ചയുടെ മരണവാർത്ത അറിയിച്ചത്. അവൾ ഞങ്ങളുടെ വീട്ടിൽ അവധിക്കാലം ചെലവഴിക്കാൻ എത്തിയതാണ്.

ഞാൻ മുറ്റത്തേക്കിറങ്ങി നോക്കുമ്പോൾ ശരിയാണ് ഉറങ്ങുകയാണെന്നേ തോന്നൂ. എന്നാലും കണ്ണു രണ്ടുമടച്ച് ഒരു പ്രാർത്ഥനയിലെന്നോണമാണ് പൂച്ചയുടെ കിടപ്പ്. ഒന്നു രണ്ട് ഈച്ചകൾ അതിന്റെ നിശ്ചലമായ ദേഹത്തിരിപ്പുണ്ട്. ഞങ്ങളുടെ വളർത്തുപൂച്ച ഈയിടെയാണ് പ്രസവിച്ചത്. രണ്ടു തൂവെള്ള കുഞ്ഞുങ്ങൾ. അതിലൊന്നാണ് ഈ ലോകവാസം വെടിഞ്ഞിരിക്കുന്നത്. എന്റെ തീന്മേശയ്ക്കു മുന്നിലൂടെ വളർത്തുപൂച്ച അതിന്റെ കുഞ്ഞുങ്ങളെ കടിച്ചുകൊണ്ടു പോകുന്നതു കാണുമ്പോഴൊക്കെ ഞാനറപ്പോടെ ആഹാരത്തിനു മുന്നിൽനിന്ന് എഴുന്നേറ്റു കൈകഴുകും. തള്ളപ്പൂച്ച കുഞ്ഞുങ്ങളെ പാലൂട്ടുന്നതു കണ്ട് ഞാൻ രാത്രി തോറുമുള്ള പാലുകുടിയും നിർത്തി. എന്റെ അപ്പനെപ്പോലെ എനിക്കൊരിക്കലും പൂച്ചകളെ സ്നേഹിക്കാൻ കഴിഞ്ഞിരുന്നില്ലല്ലോ.

ദൈവസൃഷ്ടികളിലൊന്നിനെയും അകാരണമായി നിന്ദിക്കരുതെന്ന് അപ്പനെന്നെ ഉപദേശിക്കാറുണ്ടായിരുന്നു.

എന്തോ എനിക്കെന്റെ ജീവിതത്തിലതൊന്നും പാലിക്കാനായില്ല. ഞാനെന്റെ മുറിയിൽ തിരിച്ചെത്തവേ തുറന്നിട്ട ജനലിലൂടെ മരിച്ച പൂച്ച യുടെ അനിയത്തിയാകണം അതിന്റെ സങ്കട മുഖമെന്നെ കാട്ടുന്നുണ്ടാ യിരുന്നു.

ഇനി ഞാനെന്റെ ജീവിതത്തിലൊറ്റപ്പെട്ടവൾ എന്നാകുമോ അവളുടെ സംവേദനത്തിലെ മൗനമെന്നും ഞാനൂഹിക്കാതിരുന്നില്ല. അപ്പന്റെ മുഖവും ഇന്നുരാവിലെ മുതൽ അത്രയ്ക്കു പ്രസന്നമല്ലല്ലോ. പ്രിയപ്പെട്ടവരാരോ മരിച്ചതുപോലുണ്ട് അപ്പന്റെ മുഖം.

തള്ളപ്പൂച്ചയെ അവിടെങ്ങും കാണുന്നുണ്ടായിരുന്നില്ല. അതതിന്റെ ഖേദം മറക്കാൻ എവിടേക്കെങ്കിലും പോയതാകുമോ? എന്റെ വീട്ടിലെ പട്ടിക്കൂട്ടിന്റെ മേല്ക്കൂരയ്ക്കു മേലെയാണ് തള്ളപ്പൂച്ചയും അതിന്റെ രണ്ടു കുഞ്ഞുങ്ങളും പാർത്തിരുന്നത്. എന്റെ മുറിയിലെ ജനലിനു മുന്നിലാണ് പട്ടിക്കൂടെന്നതുകൊണ്ട് ഈയിടെയായി ഞാൻ ഉറക്കമുണർന്നിരുന്ന തൊക്കെ ഈ പൂച്ചക്കുട്ടികളുടെ നിഷ്കളങ്കമായ മുഖങ്ങൾ കണ്ടാണ്. അതുങ്ങളുടെ ഓട്ടം, ചാട്ടം, വികൃതികൾ. അതൊക്കെ കാണാനെന്തു രസ മാണ്.രണ്ടു കുസൃതിപ്പിള്ളേരെപ്പോലെ. ഈ കാഴ്ച കണ്ടാകണം. ഞാനെന്റെ ഭാര്യയോട് നമ്മുടെ മോനു കൂട്ടായി വേറൊരുത്തൻ കൂടി വേണ്ടേയെന്നു ചോദിച്ചു തുടങ്ങിയത്.

ഇനിയുള്ള എന്റെ കാഴ്ചകളിലൊക്കെ വ്യസനപ്പനി ബാധിച്ച ഒരു പൂച്ചയുടെ മുഖം മാത്രം. നമ്മുടെയൊക്കെ ജന്മവിരാമം പോലെ തന്നെ യല്ലേ എല്ലാ സൃഷ്ടികളുടെയും അന്ത്യമെന്ന പാഠവും ഞാനീ പൂച്ചയുടെ മരണത്തിൽ നിന്നു പഠിച്ചെടുക്കുന്നു. അതിന്റെ മരണംകൊണ്ട് എന്റെ യൊരു അജ്ഞതയെ ജ്ഞാനപ്പെടുത്താനെങ്കിലുമായല്ലോ.

ജോലി കഴിഞ്ഞ് വൈകുന്നേരം വീട്ടിലെത്തിയപ്പോൾ ജയ പറയുന്നു:

“ദേ അങ്കിൾ ഇവിടെയാണാ പൂച്ചയെ അടക്കം ചെയ്തിരിക്കുന്നത്.”

എന്നിട്ടവൾ മുറ്റത്തെ ചാർത്തിന്നോരത്തെ വാഴച്ചോട്ടിനപ്പുറത്തേക്ക് വിരൽചൂണ്ടുന്നു. അവിടെ വ്യസനപ്പനി ബാധിച്ച അനിയത്തിപ്പൂച്ചയും ഒരു ധ്യാനത്തിലെന്നോണം തള്ളപ്പൂച്ചയും ഇരിപ്പുണ്ട്.

ഒരു പകൽ മുഴുവൻ നീണ്ട അലച്ചിലുകൊണ്ടാവാം തള്ളപ്പൂച്ച വല്ലാതെ ക്ഷീണിച്ചിരുന്നു. പിന്നെ അന്നുരാത്രി നിർത്താതെ കേട്ട തള്ള പ്പൂച്ചയുടെയും അതിന്റെ മകളുടെയും നിലവിളികൾ ഞങ്ങളുടെ വീടിന് ഒരു മരണഗൃഹത്തിന്റെ ഛായ പകരുന്നുണ്ടായിരുന്നു.

വിപരീതം

വീടിന്റെ വരാന്തയിലിരുന്ന് പുറത്ത് പെയ്യുന്ന മഴയെ നോക്കിയിരുന്നു തുടരെത്തുടരെ സിഗരറ്റ് വലിച്ച് തള്ളുകയാണ് ഹരികൃഷ്ണൻ. അയാളുടെ മനസ്സിനെയെന്തോ നീറ്റുന്നുണ്ടെന്ന് തീർച്ച. അല്ലെങ്കിൽ അയാളിങ്ങനെ വലിക്കില്ല.

"വാട്ട് ഹാപ്പൻഡ് ഹരി."

ബെഡ് കോഫി കൊണ്ടുപോയി കൊടുത്തപ്പോഴും പിന്നീടും അനസൂയ ഇങ്ങനെയൊരു ചോദ്യമായെങ്കിലും ഹരികൃഷ്ണൻ നിശ്ശബ്ദതകൊണ്ടീ ചോദ്യത്തെ പ്രതിരോധിച്ചതേയുള്ളൂ.

അയാളുടെ ഏകമകൾ അമ്മു രാവിലെ സ്കൂളിലേക്ക് പുറപ്പെടുമ്പോൾ വീടിന് മുന്നിൽ വന്നുനില്ക്കുന്ന സ്കൂൾ ബസ് വരെ അയാളവളെ അനുഗമിക്കുകയും മറ്റ് കുട്ടികളെ കൊതിപ്പിക്കുംമട്ടിൽ കവിളിലൊരുമ്മ കൊടുക്കുകയും യാത്രാമംഗളം നേരും മട്ടിൽ കൈകൾ വീശുകയും ചെയ്യുക പതിവുണ്ട്.

പക്ഷേ, ഇന്നാ പതിവൊക്കെ അയാൾ തെറ്റിച്ചു. അമ്മു സ്കൂളിൽ പോയതു പോലും അയാളറിഞ്ഞില്ല.

അനസൂയയാണ് അവളെ ധൃതിപിടിച്ചൊരുക്കി സ്കൂൾ ബസ് വന്നപ്പോൾ കയറ്റിവിട്ടത്.

അപ്പോഴൊക്കെ അമ്മു ചോദിച്ചുകൊണ്ടിരുന്നത് മമ്മി, ഡാഡിക്കെന്താ പറ്റീതെന്നാണ്.

അറിയില്ല മോളേ എന്ന അനസൂയയുടെ ഉത്തരത്തിൽ അമ്മു തൃപ്തയായിരുന്നില്ല.

അവൾക്കറിയാം അച്ഛനെ കാര്യമായെന്തോ അലട്ടുന്നുണ്ടെന്ന്.

"ഹരി പ്ലീസ് ടെൽമി. വാട്ടീസ് യുവർ പ്രോബ്ലം?"

“നിന്റെ പ്രോബ്ലം എന്താണെന്ന് അറിയോ ഹരി. നീ വീട്ടിലിരിക്കുമ്പോൾ ഓഫീസിലും. ഓഫീസിലിരിക്കുമ്പോൾ വീട്ടിലുമാകും.” എന്നൊക്കെ അനസൂയ പറഞ്ഞിട്ടും ഹരികൃഷ്ണൻ അയാളുടെ നിശ്ശബ്ദത തുടർന്നതേയുള്ളൂ.

“ഹരി നീ തന്നെയല്ലേ പറയാറുള്ളത്. ഞാൻ നിന്റെ നല്ല സുഹൃത്താണെന്നും ഭാര്യയാണെന്നുമൊക്കെ... നീ ഇങ്ങനെ ഗ്ലൂമിയായിരുന്നോളൂ. ഞാനെന്റെ പാട്ടിന് പോവുകയാണ്. എനിക്ക് വയ്യ ഹരി. എപ്പോഴും ആ കിഴവൻ ബോസിന്റെ ശകാരം കേൾക്കാൻ...”

“ഇല്ല. നീ ഇന്ന് ബാങ്കിൽ പോകുന്നില്ല. പകരമൊരു ലിഷർ ട്രിപ്പ്. നഗരത്തിലെ കോഫിഹൗസിലൊക്കെ കയറി... എനിക്ക് നിന്നോട് ചിലതൊക്കെ പറയാനുണ്ട്.”

പിന്നെ ഹരികൃഷ്ണനോടൊപ്പം അനസൂയയും ഒരുങ്ങി ഇറങ്ങുകയായിരുന്നു.

കോഫിഹൗസിൽ കാപ്പികുടിച്ചിരിക്കുന്നേരം ഹരികൃഷ്ണൻ പറഞ്ഞു.

“അനസൂയ തെറ്റിദ്ധരിക്കരുത്. ഞാൻ വളരെ ഫ്രാങ്കായി പറയുകയാണ്. മരിയയെ മറക്കുവാനാവത് ശ്രമിച്ചുനോക്കി. പക്ഷേ, കഴിയുന്നില്ല. അവളോടൊപ്പമാണ് എന്റെ മനസ്സെപ്പോഴും. അതുകൊണ്ടാണെനിക്ക് ഉണ്ണാനും ഉറങ്ങാനുമാവാത്തത്. നിന്നോടും അമ്മുവിനോടുമൊന്നും ഇടപെടാനാകാത്തത്.”

“ഹരി നിനക്കെങ്ങനെ ധൈര്യമുണ്ടായി ഇതൊക്കെ എന്നോട് പറയാൻ. വർഷങ്ങൾക്ക് മുമ്പൊരു പ്രണയത്തിനൊടുവിലല്ലേ നീയുമെന്നെ നിന്റെ ഭാര്യയാക്കിയത്...”

“അതെ. അനസൂയേ ഞാൻ നിഷേധിക്കുന്നില്ലല്ലോ അതൊന്നും... പക്ഷേ, പ്രണയമെന്നിൽ പെയ്ത് ഒഴിയാതായിരിക്കുന്നു. ഇപ്പോഴുമാരെയോ പ്രണയിക്കുവാനുള്ള കൊതിയെന്നിൽ ബാക്കി നില്ക്കുന്നു. ഞാൻ നിനക്ക് നഷ്ടമായാൽ പോലും അമ്മു അനാഥമാകില്ലെന്ന് അറിയാം. അവൾക്ക് നീ മമ്മി മാത്രമല്ല ഡാഡിയും കൂടെയാണ്.”

ഇതൊരു സിനിമാക്കഥപോലെയിരിക്കുന്നുവല്ലോ. സിനിമാക്കഥ മണ്ണാങ്കട്ട.

ഇതെന്റെ പ്രിയമിത്രം ഹരികൃഷ്ണന്റെയും അയാളുടെ ഭാര്യ അനസൂയയുടെയും മകൾ അമ്മുവിന്റെയും ജീവിതത്തെ സംബന്ധിക്കുന്ന നേരെഴുത്താണ്.

അന്യരുടെ ജീവിതത്തിലേക്ക് ഒളിഞ്ഞുനോക്കുന്ന മലയാളി എന്റെ പ്രിയമിത്രത്തിന്റെ ജീവിതത്തെയും അവനറിയാതെ പകർത്തിയതാകാം!

ആനകൾ

ചിത്രചതുരത്തിൽനിന്ന് ആനകൾ അയാളുടെ പണിപ്പുരയുടെ കറുത്ത കാവിയടിച്ച തിണ്ണയിലേക്കിറങ്ങി.

അയാളപ്പോൾ തിണ്ണയുടെ തണുപ്പിൽ കിടന്നൊരു ഉച്ചമയക്കത്തിന്റെ ആനന്ദം അനുഭവിക്കുകയായിരുന്നു.

ഒഴിവു ദിവസമായതുകൊണ്ടാകും പണിപ്പുര മുറ്റത്ത് തന്നെയുള്ള ടീഷോപ്പിലെ കുള്ളനായ കോമാളിയുടെ ഛായയുള്ള സപ്ലൈയറുടെ ശബ്ദവും കെട്ടിടത്തിന്റെ മുകൾ നിലയിൽ പാർക്കുന്ന മലയാളിയായ ഫോട്ടോഗ്രാഫറുടെ ഇടിവെട്ടുപോലുള്ള പൊട്ടിച്ചിരിയും അയാളുടെ ഇസ്രായേലുകാരിയായ ഭാര്യയുടെ ഹീബ്രുഭാഷയിലുള്ള ശകാരവും മകന്റെ കരച്ചിലുമൊന്നും അയാളുടെ ഉറക്കത്തെ അലോസരപ്പെടുത്താതിരുന്നത്.

ഇടയ്ക്ക് വിദേശികളാരെങ്കിലും അയാളുടെ ചിത്രങ്ങളുടെ കാഴ്ചക്കാരനാകാനെത്തും. അവരയാളുടെ ചിത്രങ്ങളെ വിസ്മയം നിഴലിക്കുന്ന കണ്ണുകളോടെയും ചലനങ്ങളോടെയും വാനോളം പുകഴ്ത്തും. പോയ് വരാമെന്ന് പറയും. ചിലർ വരും. ചിത്രങ്ങൾ വാങ്ങും. ചിത്ര വില കൂടുതലാണെന്ന് പറഞ്ഞ് തർക്കിക്കും. ചിലർ പോയ വഴിയേ തന്നെ.

പിന്നെ അയാളുടെ പണിപ്പുരയിൽ എത്തുക സ്വദേശീയരായ ചെറുപ്പക്കാരായിരിക്കും.

ജീൻസും കാവിമുണ്ടും ഡബിൾ പോക്കറ്റുമുള്ള ഷർട്ടുമൊക്കെ ധരിച്ചെത്തുന്ന അവർ കഞ്ചാവ് നിറച്ച ബീഡികളും സിഗരറ്റുകളും പുകച്ച് പുകകളുടെ ആകാശം തീർത്ത് അതിന് കീഴെ ഇരുന്ന് ശുദ്ധ രാഷ്ട്രീയത്തിന്റെയും സിനിമയുടെയും എഴുത്തിന്റെയും ചിന്തയുടെയും സംഗീതത്തിന്റെയും അന്വേഷണത്തിന്റെയുമൊക്കെ അഭാവത്തെക്കുറിച്ച് വാചാലരാകും.

വിഷയങ്ങളുടെ തീവ്രത അനുസരിച്ച് ചെറുപ്പക്കാരുടെ ശബ്ദം ഉയർന്നും താഴ്ന്നുമിരിക്കും.

ഫോട്ടോഗ്രാഫറും ഭാര്യയും ഇവരെ കണ്ടാലും കണ്ട ഭാവം നടിക്കാറില്ല.

അമിതമായ മദ്യസേവ കൊണ്ടാകും ചർച്ചകൾക്കിടെ ചിലർ ആടുന്നുമുണ്ടാകും.

വൈകുന്നേരങ്ങളിലോ സന്ധ്യക്കോ ആകും ചെറുപ്പക്കാർ പണിപ്പുര മുറ്റത്ത് സംഘം ചേരാനെത്തുക.

പഴയകാല കച്ചവട പ്രതാപങ്ങൾ ശേഷിപ്പിക്കുന്ന ഒരു നിരത്തിനോരത്തെ കെട്ടിടത്തിന്മേലിരുന്നാണ് അയാൾ ചിത്രങ്ങൾ വരച്ചിരുന്നത്.

ആനകളെ മാത്രമേ അയാൾ വരയ്ക്കൂ. ആനപ്പുറത്തേറിയും ആന കൊമ്പിൽ തൊട്ടും ആനയുടെ മുറം പോലുള്ള കാതിൽ പിടിച്ചും ആനയ്ക്കടിയിലൂടെ നുഴഞ്ഞും ആനവാലിൽ തൊട്ടും ആനപ്പാപ്പാനാകാൻ കൊതിച്ചുമുള്ള ഒരു ബാല്യം അയാൾക്കുണ്ടായിരുന്നു.

ഉത്സവങ്ങൾക്കൊക്കെ അയാൾ പോയിരുന്നത് ആനകളെ കാണാമെന്നതുകൊണ്ട് മാത്രമായിരുന്നു. ഒരുപാട് ആനകളെ സംരക്ഷിക്കുന്ന ഒരാളായി അയാൾ അയാളെ തന്നെ സങ്കല്പിച്ചു കാണണം. ഈ സങ്കല്പം യാഥാർത്ഥ്യമാകാതെ വന്നപ്പോഴാകണം അയാൾ ആനകളെ വരയ്ക്കാൻ തുടങ്ങിയത്.

ഒരുപക്ഷേ, ലോകത്ത് ഇത്രയധികം ആനകളെ വരച്ച ഒരാളും അയാൾ തന്നെയാകുമെന്നാ അയാൾ പറയുക. അങ്ങനെയൊരു അഹന്ത അയാളുടെ വർത്തമാനത്തിലുടനീളമുണ്ട്.

ഉറങ്ങുന്നേരം പഴയ ഗ്രാമഫോൺ റെക്കോർഡിലെ പട്ടിയെ ഓർമ്മിപ്പിക്കുംപോലെ ഇരുചെവിക്കുമടുത്ത് അയാളുടെ വളർത്തു പൂച്ചകൾ ഇരുപ്പുറപ്പിച്ചിരുന്നു.

ഈ പൂച്ചകളുടെ കരച്ചിൽ കേട്ടാണ് അയാൾ കണ്ണു തുറന്നത്.

അന്നേരം അയാൾ വരച്ച ആനകൾ ചിത്രചതുരങ്ങൾ ഉപേക്ഷിച്ച് അയാൾക്ക് ചുറ്റും വൃത്തം സൃഷ്ടിച്ച് നില്ക്കുകയാണ്.

ശൂന്യമായ ചിത്രചതുരങ്ങൾ കണ്ട് അയാളുടെ കണ്ണുനിറഞ്ഞു. ചില ഉച്ചകളിൽ ഈ ലോകമൊരു ഭക്ഷണമായിരുന്നെങ്കിൽ അത് മുഴുവൻ തിന്നുവാനുള്ള വിശപ്പിനെ സഹിച്ച് തീർത്ത ആനകളാണ് ഏതോ പക തീർക്കാനെന്ന മട്ടിൽ അയാൾക്ക് ചുറ്റും നിരന്നിരിക്കുന്നത്.

നിസ്സഹായനായി അയാൾ ആനകളെ നോക്കവേ ആനകൾ പറഞ്ഞത് നിങ്ങൾ ഞങ്ങളെ വില്പനച്ചരക്കാക്കുന്നുവെന്നും അതിനെതിരെ പ്രതിഷേധിക്കുകയാണ് ഞങ്ങളെന്നുമാണ്.

“ഞാനെല്ലാ ചിത്രങ്ങളിലും എഴുതുന്നത് ആനകളെ ചങ്ങലകളിൽ നിന്ന് മോചിപ്പിക്കുവാനാണ്. അങ്ങനെ സ്വാതന്ത്ര്യത്തിന്റെ ലോകത്തേക്ക്...”

“ഇതും വിപണനതന്ത്രത്തിന്റെ ഭാഗമല്ലേ സുഹൃത്തേ...” എന്ന് ആന

കൾ ഏക സ്വരത്തിൽ.

"അല്ല. സത്യമായും അല്ല."

നേരിന്റെ വഴിയെ ആനകൾ വരാതിരിക്കുന്നത് കണ്ട് അയാൾക്ക് സങ്കടമായി.

ജീവിതത്തിലാദ്യമായി അന്ന് അയാൾ ആനകളെച്ചൊല്ലി വേദനിച്ചു. പക്ഷേ, ആനകൾ അയാളുടെ ജീവിതത്തിനൊരു വിരാമം നിശ്ചയിച്ചമട്ടാണ്. ഈ സംഭവശേഷമാകണം ആനകൾ ചവിട്ടിക്കൊന്ന ഒരു ചിത്രകാരനെക്കുറിച്ച് നമ്മൾ പത്രങ്ങളിൽ വായിക്കുന്നതും.

എണ്ണ

അന്നയേടത്തി നിലവിളിക്കുകയാണ്. കൂടെ അരുണും.

എന്താണ് സംഭവിച്ചതെന്ന് അറിയില്ല.

അതിന് അന്നയേടത്തിയുടെ നിലവിളിയാദ്യം കേട്ടത് ഞാനല്ലല്ലോ. രാധയാണ്. ഞാനപ്പോൾ ഉറങ്ങുകയായിരുന്നു.

ഒരു രാത്രിയിലെ ഉറക്കം മുഴുവൻ വൈകുന്നേരം അഞ്ചുമണിക്ക് മുൻപേ ഉറങ്ങിത്തീർക്കണം. അതിനിടെ മുഖം മിനുക്കൽ. കുളി

അങ്ങനെ എത്രയോ സമയം നഷ്ടമാകുന്നു. പിന്ന ഉറങ്ങാൻ കിട്ടുന്ന ത്. ഇതൊക്കെ ഈ നൈറ്റ് ഷിഫ്റ്റിന്റെ രസക്കേടാ...

അതുകൊണ്ട് തന്നെ രാധ എന്നെ ഉറക്കത്തിൽ നിന്നുണർത്താറില്ല. ഉണർന്നാൽ ഞാൻ വല്ലാതെ വയലന്റാകുമെന്ന് അവൾക്കറിയാം.

പക്ഷേ, ഇപ്പോൾ രാധ എന്നെ ഉറക്കത്തിൽ നിന്നുണർത്തുകയാണ്.

“ദേ അന്നയേടത്തിയുടെ വീട്ടിലാരോ നിലവിളിക്കണ്. നമുക്കൊന്ന് പോയി നോക്കിയാലോ?”

പിന്നെ രാധയ്ക്ക് പിറകെ മനസ്സില്ലാമനസ്സോടെ ഷർട്ടുമെടുത്തിട്ട് ഉറക്കം പാതിവഴിക്കായ ഖേദത്തോടെ ഞാനും...

ഞാനും രാധയും അന്നയേടത്തിയുടെ വീട്ടിലെത്തുമ്പോൾ അന്ന യേടത്തി വലിയ വായിലേ നിലവിളിക്കുകയാണ്. വല്ലാതെ പകച്ചുപോയ മുഖവുമായി അരുണും അവരുടെ അടുത്തിരിപ്പുണ്ട്.

“മോളേ രാധൂ... അരുൺ... സൂചി...”

ഇത്രയുമെ ഞങ്ങളോട് അന്നയേടത്തി പറഞ്ഞുള്ളൂ.

“നിങ്ങളൊരു ഓട്ടോ വിളിക്കുമോ?

ഞാൻ ഓട്ടോയുമായി എത്തുമ്പോൾ രാധയും അന്നയേടത്തിയും അരുണും പോകാൻ റെഡി.

ഞങ്ങളടുത്ത നഴ്സിങ് ഹോമിലെത്തുമ്പോഴും ഓട്ടോയിലിരിക്കുമ്പോഴും അന്നയേടത്തി നിലവിളി ഉപേക്ഷിച്ചിരുന്നില്ല.

അരുണാകട്ടെ അന്നേരമൊക്കെ പകച്ച മുഖവുമായി...

ഡോക്ടർ എക്സ്റേയിൽ ഞങ്ങൾക്ക് കാട്ടിത്തന്നു. അരുൺ വിഴുങ്ങിയ സൂചിയെ...

എന്തോ തയ്ച്ചിട്ട് ഗ്യാസ് അടുപ്പിലെ തീ കുറയ്ക്കാനായി അടുക്കളയിലേക്ക് പോയ നേരത്താണ് അരുണീ കടുംകൈ ചെയ്തത്.

ഡോക്ടറുടെ നോട്ടത്തിലും ഡോക്ടർ കൊടുത്ത മരുന്നിലുമൊന്നും അന്നയേടത്തി തൃപ്തയായില്ല.

ആശുപത്രിയിൽ നിന്ന് മടങ്ങുന്നേരം അവർ പറഞ്ഞു.

“പള്ളിയിൽ കയറി അച്ചനെകൂടൊന്നു കാണാമായിരുന്നു.”

അതെന്തിനാകുമെന്ന് ഞാൻ സന്ദേഹിക്കുമ്പോൾ അന്നയേടത്തി പറഞ്ഞത് അച്ചൻ പല മാറാരോഗങ്ങൾക്കും ശാന്തിയായിട്ടുണ്ടെന്നാണ്.

നിശ്ശബ്ദമാർന്ന പള്ളിയന്തരീക്ഷത്തിൽ ഞങ്ങളെത്തുമ്പോൾ അച്ചൻ പ്രാർത്ഥനയിലായിരുന്നു.

പ്രാർത്ഥനയ്ക്കിടയിൽ ഞങ്ങളുടെ സാന്നിദ്ധ്യമറിഞ്ഞ് അച്ചൻ തിരിഞ്ഞു നിന്നു.

ഞാനും രാധയും അച്ചനെ വിവരങ്ങൾ ധരിപ്പിച്ചു.

അച്ചനൊക്കെ മൂളിക്കേട്ടു.

പിന്നെ അച്ചൻ കുറച്ചു എണ്ണയെടുത്തുകൊണ്ട് വന്ന് അരുണിനെ കുടിപ്പിക്കുകയായിരുന്നു.

എണ്ണ കുടിച്ചതും അരുൺ ഛർദ്ദിച്ചു.

ഛർദ്ദിക്കിടയിൽ ഞങ്ങൾ കണ്ടു സൂചിയുടെ തിളക്കം.

അച്ചന്റെ ഈ കർമ്മത്തിന് സാക്ഷിയായ എനിക്ക് അച്ചന്റെ ഇരുകവിളിലും ഓരോ മുത്തം വെച്ച് കൊടുക്കുവാനാണ് തോന്നിയത്.

പക്ഷേ അരുത്.. ഞാനന്യജാതിക്കാരനാണ്. അതുകൊണ്ടു തന്നെ ഇങ്ങനെയുള്ള ആഹ്ലാദങ്ങളെ ഞാൻ നിയന്ത്രിച്ചുകൊണ്ടിരിക്കുന്നു. (നമ്മൾ നന്മ ഉദ്ദേശിച്ച് ചെയ്യുന്നതൊക്കെ തിന്മയാകുന്ന കാലവും രാജ്യവുമാണിത്)

അന്നയേടത്തിയുടെയും അരുണിന്റെയും മുഖമിപ്പോൾ ആഹ്ലാദത്തിന്റെ ഒരുപാട് നക്ഷത്രങ്ങൾ മിന്നുന്ന ആകാശം പോലുണ്ട്.

രാധയുടെ മുഖത്തുമുണ്ട് ആഹ്ലാദത്തിന്റെ പ്രകാശനം.

അച്ചോ ഒക്കെ അവിടുത്തെ കൃപ, കാരുണ്യം, നന്മ, അല്ലാതെന്താ..

തെരേസയുടെ ആടുകൾ

റീത്ത മരിച്ചവിവരം ഭാര്യ പറഞ്ഞാണ് അയാളറിഞ്ഞത്.

മരണവീട്ടിലെത്തി മുഖം കാണവേ അയാളൊന്നു ഞെട്ടി. റീത്തയല്ല തെരേസയാണ് അയാൾക്കു മുന്നിൽ ജീവനൊഴിഞ്ഞ ദേഹവുമായി നിവർന്നു കിടക്കുന്നത്. തെരേസ റീത്തയുടെ അനിയത്തിയാണ്.

പന്തലിലേക്ക് ഇറക്കി കിടത്തിയ ശവത്തിനിരുപുറവുമായി നിരത്തിയ കസേരകളിലൊന്നിൽ ഇരുന്നിരുന്ന തടിച്ച സ്ത്രീയോടു ശബ്ദം താഴ്ത്തി എന്തോ പറയുന്ന തിരക്കിലാണ് റീത്ത. അപ്പോഴുമവരുടെ നോട്ടവും ഭാവവുമൊക്കെ ഗൗരവത്തിൽ തന്നെയായിരുന്നു. എപ്പോഴും ആവശ്യമില്ലാത്തൊരു സീരിയസ്നസ് അവർ കൂടെ കൊണ്ടു നടക്കും.

ഒരു മരണവീടിന്റേതായ ആർഭാടങ്ങളൊന്നും ഇവിടെയില്ല. ഇടിമുഴങ്ങും പോലുള്ള നിലവിളികളില്ല. അതിനു തക്ക ആളുകളുമില്ല. അതൊക്കെ എങ്ങനെയുണ്ടാകും. മരിച്ചതു പാവം പിടിച്ച ഒരു തെരേസയല്ലേ!

മരിക്കുന്നതിനു തലേദിവസം വരെ അവർക്ക് കലശലായ പനിയുണ്ടായിരുന്നു. പനിക്കു മരുന്നു വാങ്ങിയിരുന്നോ എന്നൊന്നും അറിയില്ല. രാത്രി ഉണർന്നപ്പോൾ ചുമരിൽ തലയടിച്ചു വീണിരുന്നു. രാവിലെ റീത്ത എഴുന്നേറ്റു തെരേസയെ വിളിക്കുമ്പോൾ അവൾ മരിച്ചിരുന്നെന്നുമാണു പ്ലാപ്പിള്ളി വീട്ടിലെ മരിച്ചുപോയ ആന്റോ ആശാന്റെ പള്ളിയിൽ പാടാൻ പോകുന്ന മകൻ റോബിൻ അയാളോടു പറഞ്ഞത്.

കുഞ്ഞാലന്റെ ഭാര്യയായാണു തെരേസയെ അയാളാദ്യം കാണുന്നത്.

കുഞ്ഞാലൻ അമ്മയുടെ അടുത്ത ബന്ധുവാണ്. ജൂതത്തെരുവിലെ ഷിപ്പിങ് ക്ലിയറിങ് ഏജൻസി ആപ്പീസിലായിരുന്നു മരിക്കുന്നതുവരെ കുഞ്ഞാലനു ജോലി.

ഇടതുതോളിലൊരു ഉറുമാൽ വിലങ്ങനെ ഇട്ട് ഉറുമാലിനറ്റം സ്വർണ്ണ ക്കുടുക്കുകളുള്ള ഷർട്ടിനുള്ളിലേക്കു തിരുകിവെച്ചു നീലം മുക്കി വെളു പ്പിച്ച ഒറ്റ മുണ്ടുടുത്തു കഷണ്ടി കയറിയ തലയിൽ വിയർപ്പുത്തുള്ളികൾ ശേഷിപ്പിച്ചു കരപ്പൻ ബാധിച്ച നേർത്തു കറുത്ത നീരു കെട്ടിയ കാലുക ളെപ്പോഴുമാട്ടി തുടരെത്തുടരെ ബീഡി വലിക്കുന്ന ഒരാളായിരുന്നു കുഞ്ഞാ ലൻ.

എപ്പോഴും ചിരിച്ചുകൊണ്ടിരിക്കും കുഞ്ഞാലൻ. ആരെന്തു മുഷിഞ്ഞു പറഞ്ഞാലും കുഞ്ഞാലന്റെ മുഖത്തുനിന്ന് ആ ചിരിമായില്ല. എന്തെങ്കിലും ചോദിച്ചാൽ ബീഡിപ്പുകയോടൊപ്പം വാക്കുകൾ വല്ലതും പുറത്തു വന്നെ ങ്കിലായി. സംസാരത്തിൽ അത്രയേറെ ലുബ്ധുള്ള ഒരാളായിരുന്നു കുഞ്ഞാ ലൻ.

ചിറക്കൽ വീടിന്റെ ഇറയത്തൊരു മൂലയ്ക്കു കയറുപാകിയ കട്ടിലിൽ കൈയുള്ള ബനിയനും കൈലിയും ധരിച്ചിരിക്കുന്ന കുഞ്ഞാലനാണ് അയാ ളുടെ ഓർമ്മകളിലാദ്യം.

തെരേസയെ കെട്ടിയശേഷം വലിയ വീട്ടിൽ തന്നെയായി കുഞ്ഞാ ലൻ താമസം.

പ്രഭാകരൻ വൈദ്യരുടെ മരുന്നുണ്ടായിരുന്നെങ്കിലും കുഞ്ഞാലനു മരി ക്കുന്നതുവരെ കരപ്പന്റെ ഉപദ്രവമുണ്ടായിരുന്നു. തുടരെ തുടരെ ബീഡി വലിച്ചിരുന്നതു കൊണ്ടാകാം കുഞ്ഞാലനിൽ പ്രഭാകരൻ വൈദ്യരുടെ മരു ന്നുകൾ ഏശാതെ പോയത്.

കുഞ്ഞാലനുമായുള്ള ദാമ്പത്യത്തിൽ തെരേസയ്ക്കു കുട്ടികളൊന്നു മില്ല. വേണ്ടെന്നു വെച്ചിട്ടാകും. അല്ലെങ്കിൽ എന്തിനാ വയസ്സ് കാലത്തു കുട്ടികൾ.

വലിയ വീട് അയാളുടെയൊക്കെ ബാല്യകാലകൗതുകങ്ങളിലൊന്നാ ണ്. ഒരുപാട് മുറ്റമുള്ള, തട്ടിൻ മുകളുള്ള, ചെങ്കല്ലിൽ തീർത്ത, ഓലമേഞ്ഞ ഇരുനില വീട്. ആ വീടിനടുത്തു തന്നെയാണ് തങ്ങന്മാരുടെ തറവാടായ തൈക്കാവും, തങ്ങന്മാരുടെ ചെറിയ പള്ളിയും.

തെരേസയുടെ വീട്ടിലാദ്യമായൊരു മരണമുണ്ടാകുന്നത് അവരുടെ ആങ്ങളയുടേതാണ്. പ്രഭാകരൻ വൈദ്യരുടെ വൈകുന്നേര സദസ്സുകളിൽ പ്രധാനിയായിരുന്നു തെരേസയുടെ ഈ ആങ്ങള. ഗൗരവകാര്യത്തിൽ മുന്നി ലായിരുന്നു ഇയാളും.

റീത്തയ്ക്കും ആങ്ങളയ്ക്കുമൊക്കെ ഈ ഗർവ്വിന്റെ മുഖം കിട്ടിയത് എവിടെ നിന്നാകും? പാരമ്പര്യമായാകും. കൊച്ചിയിലെ രാജസദസ്സുകളി ലൊക്കെ പ്രത്യേകം ക്ഷണമുള്ളവരായിരുന്നു തെരേസയുടെ കുടുംബ ക്കാർ. നായന്മാർ പരിവർത്തനം ചെയ്തതാണിവരെന്നും ചരിത്രമുണ്ട്.

തിന്നും കുടിച്ചും ഉള്ളതൊക്കെ തൊലച്ചവരെന്നാ ഇവർക്കുള്ള ഏറ്റവും പുതിയ ഭാഷ്യം.

കുടുംബക്കാരിൽ ആരൊക്കെയാണുണ്ടായിരുന്നത്. സ്വാതന്ത്ര്യ സമ രസേനാനിയും 'ജീവനം' പത്രമുടമയും ഭഗത്സിങ് ഭക്തനുമായ അവറാ

ച്ചൻ. വേദപുസ്തകമൊക്കെ മുന്നിൽവച്ചു തർക്കിച്ചിരുന്ന ദൈവനിഷേധിയായ സൈമൺ നൈനാൻ. ചോരവിറ്റു മുറവും നാഴിയുമൊക്കെ വാങ്ങിവിറ്റു നടന്നിരുന്ന അവിവാഹിതനായ അന്തോണി. അടിയുറച്ച കമ്യൂണിസ്റ്റുകാരനായിരുന്ന ബർണാഡ്. സിനിമ പിടിത്തവും സംഗീതവുമൊക്കെ തലയിലേറ്റി നടന്നിരുന്ന ദീപുവക്കീൽ. ഒരു കേസും കോടതി ബഹളത്തിലേക്ക് എത്തിക്കാതെ ഒത്തു തീർപ്പാക്കിയിരുന്ന പ്രിയദർശിനി വക്കീൽ. പുരോഗമനാശയക്കാരനായ ഉണ്ണീൻ. സംഗീതം ജീവിതവ്രതമാക്കിയ ബാബുരാജിനും അർജ്ജുനൻ മാഷിനുമൊക്കെ ഗുരുതുല്യനായിരുന്ന പുതിയ വീട്ടിലെ നൈനാൻ മാഷ്. മദ്യപിച്ചും വായിച്ചും ലോകഭാഷകൾ പഠിച്ചും ആയുസ്സ് ആഘോഷിച്ച മോഡേൺ നൈനാൻ. സ്ഥാനത്തും അസ്ഥാനത്തുമൊക്കെ ആംഗലേയം പ്രയോഗിച്ചിരുന്ന തമ്പുരാൻ നൈനാൻ.

കുഞ്ഞാലനാണു പിന്നെ ആ വീട്ടിൽ മരണപ്പെടുന്നത്. ഒരനിയനുണ്ടായിരുന്നു തെരേസയ്ക്ക്. പഴയ സാധനങ്ങൾ വാങ്ങുകയും വില്ക്കുകയും ചെയ്യുന്ന കച്ചവടമായിരുന്നു അനിയന്. കട്ടതെന്ന് അറിയാതെ വാങ്ങിയ മുതലിനു പൊലീസൊക്കെ പിടിച്ചിട്ടുണ്ട് അയാളെ. അതീ തൊഴിലിൽ പറഞ്ഞിട്ടുള്ളതുമാണല്ലോ.

കാണുന്നവരോടൊക്കെ ചിരിച്ചും വിശേഷങ്ങളന്വേഷിച്ചും തന്നാൽ കഴിയും വിധം എല്ലാവരേയും സഹായിച്ചും ഗൗരവ ബിരുദം തീരെയില്ലാത്ത ഒരു സാധുവായിരുന്നു തെരേസയുടെ അനിയൻ.

പക്ഷേ, ഈ ആനന്ദമൊന്നും അധികനാൾ നീണ്ടില്ല. ഏതോ മാറാരോഗത്തിന് ആയുസ്സ് തീറെഴുതി ആദ്യം പോയത് അനിയന്റെ ഭാര്യയാണ്. തൊട്ടുപിന്നാലെ അനിയനും. ഒരു മകളുണ്ടായിരുന്നതിനെ സർക്കാരുദ്യോഗസ്ഥനും ബന്ധുവുമായ പയ്യൻ കെട്ടി. ഇനി ഒരുവൻ. അവൻ അനിയനെ ഓർമ്മപ്പെടുത്തും പോലൊരു സാധു. മിതഭാഷി.

പിന്നെ പിന്നെ ആൺതുണകളേതുമില്ലാത്ത ആ വലിയ വീട്ടിൽ രണ്ടു പെൺദേഹങ്ങൾ മാത്രമായി.

ദാരിദ്ര്യം കൊണ്ട് അവർ ആ വലിയ വീടിന്റെ വിശാലമായ മുറ്റം മുറിച്ചുകൊടുത്തു. മുറ്റം മുറിച്ചു വാങ്ങിയവർ അവിടെ വീടു വച്ചു.

അങ്ങനെ ആ വലിയ വീട്ടിലേക്കുള്ള വഴിയും ഇടുങ്ങിയതായി.

പിന്നെ ആ വീട്ടിൽ അമ്മിണിയെന്നും അമ്മുവെന്നും അമ്പിളിയെന്നും മേരിയെന്നും ലൂസിയെന്നും പേരായ ആടുകൾ പാർത്തു.

സ്വന്തം വയറുകൾ ഒഴിഞ്ഞിരിക്കുമ്പോഴും തെരേസയും റീത്തയും ആടുകളുടെ വയറുകൾ നിറച്ചു. ആടുകളെ മക്കളെപ്പോലെ സ്നേഹിച്ചു. താരാട്ടുപാടി ഉറക്കി. ആടുകളെ നിത്യവും കുളിപ്പിച്ചു മൈലാഞ്ചി കൊണ്ടു നെറുകയിൽ പൊട്ടു തൊട്ടു കൊടുത്തു. ആ വീടിനെ എപ്പോഴും ആട്ടിൻ കാട്ടവും മൂത്രവും മണത്തു.

പകൽനേരങ്ങളിലും അകങ്ങളിൽ ഇരുട്ടു പാർക്കുന്ന ആ വലിയ വീടിനെ പലരും ആട്ടിൻകൂടെന്നു വിളിച്ച് രഹസ്യമായും പരസ്യമായും

പരിഹസിച്ചു.

തെരേസ മാത്രം വീട്ടിനകമേ ആടുകൾക്കു കൂട്ടിരുന്നു. അവർ പുറം ലോകം കണ്ടതേയില്ല. പണ്ടും അപൂർവ്വമായേ അവർ പുറം ലോകം കണ്ടിരുന്നുള്ളൂ. റീത്ത അങ്ങനെയല്ല. നേരമിരുട്ടിയാലും ആടുകളെയും അന്വേഷിച്ചുകൊണ്ട് അവരെ റോഡിൽ കാണാം.

ചില രാത്രികളിൽ ആടുകളുണർന്നു നിർത്താതെ കരയുന്നതു കേൾക്കാം. അതു മോക്ഷം കിട്ടാതെ മരിച്ച ആളുകളുടെ ആത്മാക്കളെ കണ്ട് ആടുകൾ ഭയന്നിട്ടാണെന്നാ പഴമക്കാർ പറയുന്നത്.

കരച്ചിൽ കേട്ടാലുടനെ റീത്തയും തെരേസയും ആടുകൾക്കു മുന്നിലെത്തും. അന്നേരം കാരുണ്യം നിറഞ്ഞ കണ്ണുകളാൽ ആടുകളവരെ നോക്കും. പിന്നെ അവരുടെ സാന്ത്വനത്തിന്റേതായ വിരൽ സ്പർശത്തിൽ തലോടലിൽ ആടുകൾ കരച്ചിലുപേക്ഷിച്ചു ശാന്തരാകും.

ചിലപ്പോ മൗനമായി ആടുകളുടെ മുഖത്തേക്കും കണ്ണുകളിലേക്കുമൊക്കെ നോക്കി ഇവർ സംസാരിക്കും.

മറ്റു ചിലപ്പോ വാക്കുകളായി...

വികൃതികൾ കാണിച്ചാലുമുണ്ട് ആടുകൾക്കു ശിക്ഷ. ചിലപ്പോ തോരാത്ത മഴപോലുള്ള ശകാരമാകും ശിക്ഷ. അപ്പോ നിശ്ശബ്ദം തല താഴ്ത്തി നിന്നു തങ്ങളിതൊക്കെ അർഹിക്കുന്നുവെന്ന മട്ടിൽ ആടുകൾ ആ ശകാരങ്ങളൊക്കെ കേട്ടു നില്ക്കും.

ഓർമ്മയിലൊരു പെരുന്നാൾ ദിനം മാത്രമേ അവർ ആടുകളെ മുറിച്ചിട്ടുള്ളൂ. പിന്നെ അവർക്ക് ഉറങ്ങാനായിട്ടില്ല. കണ്ണടച്ചാൽ തലയറ്റ ആടുകൾ വീടിനു ചുറ്റും കരഞ്ഞുകൊണ്ടു ചോരയുമൊലിപ്പിച്ച് ഓടുന്നതാണു കാണുക. സുഖകരമല്ലാത്ത ഈ സ്വപ്നക്കാഴ്ചയ്ക്കുശേഷം വിയർത്തും അന്തമില്ലാതെ ദാഹിച്ചും ഉറങ്ങാനാകാതെയും നേരം പുലരും വരെ..

അന്നു കർത്താവിനോടെത്ര പ്രാർത്ഥിച്ചിട്ടും നേർച്ചകൾ നേർന്നിട്ടുമാണിതൊക്കെ കൺമുന്നിൽ നിന്നു മാറിയത്.

സ്നേഹം അറിയുന്നോരേ സ്നേഹിക്കാൻ അറിയുന്നോരേ ദൈവം അവന്റെ അടുക്കലേക്കു നേരത്തേ വിളിച്ചോണ്ട് പോകുന്നു.

തെരേസയുടെ കാര്യത്തിലും സംഭവിച്ചത് ഇതു തന്നെയാകും.

പറയുന്നത് എന്തെന്ന് അത്ര പെട്ടെന്നൊന്നും പിടിതരാത്ത ഒരുതരം ശബ്ദത്തിലാകും തെരേസ സംസാരിക്കുകയെങ്കിലും അവരുടെ വാക്കുകളിൽ നിറയെ സ്നേഹമാകും.

റീത്തയുടെ കെട്ടിയോൻ ചെറുപ്പത്തിലേ മരിച്ചുപോയി. അവർക്കാ ബന്ധത്തിലൊരു മകനുണ്ടെന്നു മാത്രമറിയാം. ഏതോ നോർത്തിന്ത്യൻ നഗരത്തിൽ നിന്നൊരു പെണ്ണിനെയും കെട്ടി അവിടെത്തന്നെ പൊറുതിയായിരിക്കുകയാണ് അവൻ.

മരണാനന്തര ചടങ്ങുകൾ കഴിഞ്ഞെത്തിയ ഭാര്യ പറയുന്നു.

തെരേസയെ പള്ളിയിലേക്കെടുത്തതിനു പിന്നാലെ റീത്ത ആടുകളെയും തിരക്കി പോയെന്ന്.

ആശ്ചര്യങ്ങളുടെ ആകാശം

ഈ കഥയിലെ പ്രധാന കഥാപാത്രമായ സഫറുള്ളഖാൻ പറയുന്നത് അയാളൊരു വർഗ്ഗീയവാദിയല്ലെന്നും എല്ലാ മനുഷ്യർക്കുമുള്ളപോലെ തന്നെ ചുവന്ന ചോരയാണ് അയാളുടെ ദേഹത്തെന്നും സ്വന്തം ജീവനെത്ര വില പ്പെട്ടതാണോ അതുപോലെതന്നെയാണ് അയാൾക്ക് മറ്റുള്ളവരുടെ ജീവ നെന്നും. അത് അകാരണമായി അപായപ്പെടുത്തേണ്ടതല്ലെന്നും ലോക ത്തുള്ള എല്ലാ മനുഷ്യരും അയാളുടെ സഹോദരന്മാരാണെന്നുമാണ്.

മനുഷ്യത്വത്തെ സംബന്ധിക്കുന്ന ഈ മഹാപാഠങ്ങൾ ഗുരുമുഖത്തു നിന്നും പഠിച്ചതല്ല അയാൾ. അയാളുടെ ദേശത്ത് നിത്യവും ഉണ്ടാകാ റുള്ള വർഗ്ഗീയ കലാപങ്ങളാണ് അയാളെ ഇങ്ങനെയൊരു പാഠപഠനത്തിന് നിർബ്ബന്ധിതനാക്കിയത്.

പേര് കേൾക്കുമ്പോഴേ അറിയാമല്ലോ ആളൊരു പഠാണിയാണെന്ന് പാക്കിസ്ഥാനിലായിരുന്നു അയാളുടെ പൂർവ്വികർ.

അവരിപ്പോഴും ജീവിച്ചിരിപ്പുണ്ടോ അവരെ കണ്ടതായി ഓർക്കു ന്നുണ്ടോ എന്നൊക്കെ ചോദിച്ചാൽ അയാൾക്ക് അതിനൊന്നും കൃത്യ മായ ഉത്തരമുണ്ടാകില്ല.

അയാൾ പാക്കിസ്ഥാൻ കണ്ടിട്ടില്ലെങ്കിലും അയാളുടെ ഓരോ നീക്ക ത്തിനും മേൽ അധികാരികളുടെ സംശയക്കണ്ണുണ്ട്.

മീശയെടുത്ത് താടിനീട്ടുന്ന സ്വഭാവമാണ് അയാളുടേത്. അങ്ങനെ യാണല്ലോ അയാളുടെ മതം അനുശാസിക്കുന്നതും.

പ്രാർത്ഥനയിലായിരിക്കുമ്പോൾ മാത്രമല്ല അല്ലാത്തപ്പോഴും അയാ ളുടെ തലയിൽ വെളുത്ത തുണികൊണ്ട് തയ്ച്ച തൊപ്പിയുണ്ടാകും.

അയാൾ ധരിക്കുന്ന വെളുത്ത കൂർത്തയും പൈജാമയുമാകട്ടെ എപ്പോഴും മുഷിഞ്ഞിരിക്കും.

നെറ്റിയിലെ നിസ്കാരത്തഴമ്പ് അയാളുടെ ആത്മീയ ആഴങ്ങളെ വെളി പ്പെടുത്തുന്നതായിരുന്നു.

നക്ഷത്രങ്ങളെപ്പോലെ തിളങ്ങുന്ന കണ്ണുകളാണ് അയാളുടെ മറ്റൊരു പ്രത്യേകത. വീട്ടിൽനിന്ന് കുറേ സഞ്ചരിച്ചുവേണം അയാൾക്ക് ജോലി സ്ഥലത്തെത്താൻ.

ഏകാന്തമായ വഴികളിലൂടെ തന്റെ പഴയ സ്കൂട്ടർ പായിക്കുമ്പോ ഴൊക്കെ അയാൾക്ക് പേടിതോന്നാറുണ്ടെങ്കിലും ദൈവമെപ്പോഴും തന്നോ ടൊപ്പമുണ്ടെന്ന വിശ്വാസത്തോടെയാകും അയാളുടെ യാത്രകൾ.

രാവിലെ പതിവുപോലെ ജോലിസ്ഥലത്തേക്ക് ടിഫിൻബാഗുമായി ഇറങ്ങിയതാണ് അയാൾ.

വഴിമദ്ധ്യേ കണ്ട നിയമപാലകൻ അയാളുടെ ബാഗ് തുറന്ന് പരി ശോധിക്കുമ്പോൾ ബാഗിനുള്ളിൽ അയാളെ ആശ്ചര്യപ്പെടുത്തിക്കൊണ്ട് മാരകായുധങ്ങൾ.

ഈ മാരകായുധങ്ങൾ അയാളുടെ ബാഗിലെങ്ങനെ വന്നുപെട്ടു? രാവിലെ ടിഫിൻബാഗുമായാണല്ലോ അയാൾ വീട്ടിൽനിന്നിറങ്ങിയത്. വീട്ടിൽ നിന്നിറങ്ങിയാൽ മറ്റെവിടേക്കും അയാൾ പോകാറില്ല. നേരെ ജോലി സ്ഥലത്തേക്ക് പോരുകയാണ് പതിവ്.

ഇനി ടി വിയിലും പത്രങ്ങളിലും അയാളുടെ പേരും പടവും ഒഴിയാതാകും.

കൊച്ചുകുട്ടികൾക്കുവരെ അങ്ങനെ അയാളുടെ പേരും രൂപവും പരി ചയമാകും.

ആരാണീ മാരകായുധങ്ങൾ നിങ്ങൾക്ക് നല്കിയതെന്നാണ് നിയമ പാലകന് അറിയേണ്ടത്. ഇതിനു പിന്നിൽ വല്ല വിദേശശക്തികളും (ഇ ങ്ങനെയൊക്കെ ചോദിച്ച് കേട്ടപ്പോൾ അയാൾക്ക് ചിരിക്കാനാണ് തോന്നി യത്. വിദേശത്ത് പോകാൻ പലകുറി ശ്രമിച്ചിട്ടുണ്ടെങ്കിലും നടന്നിട്ടില്ല. വിദേശരാജ്യങ്ങളോടുള്ള പ്രിയമിപ്പോഴും കലശലായുണ്ട്)

ദൈവമേ എന്തൊക്കെയാണീ ദുനിയാവിൽ നടക്കുന്നത്. യുക്തി തീരെയില്ലാത്തൊരു ചിത്രകഥപോലുണ്ട് കാര്യങ്ങൾ...

നിയമപാലകന്റെ മുഖത്തെ ആനന്ദം വിവരണാതീതമെന്ന് സഫറു ള്ളഖാൻ.

ഒരു മനുഷ്യൻ ദുഃഖിക്കുന്നത് മറ്റൊരു മനുഷ്യനെ ആഹ്ലാദിപ്പിക്കാ നാവുമോ? ജീവിതത്തെ സംബന്ധിക്കുന്ന ഇതുപോലുള്ള അനുഭവപാഠ ങ്ങൾ ഇനിയുമെത്രയോ ബാക്കി...

കഴിഞ്ഞ കുറച്ചു നാളുകളായി താനൊരു യന്ത്രത്തെപ്പോലെയാ ണെന്നും സഫറുള്ളഖാന് തോന്നി.

“നിങ്ങൾ ചിരിച്ചിട്ടെത്ര നാളായെന്ന് അറിയോ?” ഭാര്യ ചോദിക്കുന്നു.

അയാളുടെ മകനുമുണ്ടിതേ പരാതി.

തന്നെ ഭീകരനായി പരുവപ്പെടുത്തുവാൻ ചിരിയൊക്കെ ദുഷ്ടശക്തി കൾ ആദ്യമേ കൈവശപ്പെടുത്തിയതാകും.

ഒരുറുമ്പിനെപ്പോലും നോവിക്കുവാൻ ധൈര്യമില്ലാത്ത തനിക്കെങ്ങ

നെയാണ് ഭീകരനാകാനാവുക?

ചോദ്യങ്ങൾ ചോദിക്കേണ്ടത് സ്വയമേയാണ്. അല്ലാതെയാരോടുമല്ല.

ഇങ്ങനെ ചോദ്യങ്ങൾ ചോദിക്കുമ്പോഴാകുമോ ജീവിതത്തിൽ ശാന്തിയും സമാധാനവുമുണ്ടാകുക.

ജീവിതമേതെന്നും സ്വപ്നമേതെന്നും തിരിച്ചറിയാനാകാത്ത അവസ്ഥ.

രാത്രികളിൽ കണ്ട സ്വപ്നങ്ങൾ സഫറുള്ളഖാനോട് പറഞ്ഞു ഉണർച്ച കളിലല്ലാത്തപ്പോഴൊക്കെ നിന്നെ പേടിസ്വപ്നങ്ങൾ കാട്ടി ഭയപ്പെടുത്തുമെന്ന്

പിന്നെ പിന്നെ ഈ പേടിസ്വപ്നങ്ങളെ ഭയന്നാകണം സഫറുള്ളഖാൻ ഉറങ്ങാതെയായത്. അതിനായി അയാളെത്രയോ ഗുളികകൾ വിഴുങ്ങി രാത്രികളെ പകലുകളാക്കി.

എന്നിട്ടും സ്വപ്നങ്ങൾ അയാളോട് അലിവ് കാട്ടിയില്ല.

രാത്രികളിൽ അജയ്യനായൊരു ശത്രുവിനെപ്പോലെ ഉറക്കം അയാളെ കീഴ്പ്പെടുത്തി.

സ്വപ്നങ്ങൾ കണ്ട് ഞെട്ടിയുണർന്നപ്പോൾ അയാളറിഞ്ഞു ഉറങ്ങുക യാണെന്ന്.

കുറെനാൾ ഉറങ്ങാതിരുന്നാൽ ഭ്രാന്ത് വരുമെന്ന് അയാളോട് പറഞ്ഞത് മനഃശാസ്ത്രജ്ഞനോ മനഃശാസ്ത്രം പഠിച്ച സഹീറെന്ന സുഹൃത്തോ ആണ്.

ഉറങ്ങാതിരുന്നാൽ ഭ്രാന്ത് (ഭ്രാന്തിനെ പണ്ടേ ഭയമാണ് അയാൾക്ക്. ഭ്രാന്തുള്ളവനെ ആർക്കും കല്ലെറിയാം. കളിപ്പാട്ടമാക്കാം) വരുമെന്നുള്ള തുകൊണ്ട് അയാൾ ഉറങ്ങുവാൻ തയ്യാറായി.

ഇപ്പോൾ സഫറുള്ളഖാനൊരു പ്രശ്നവുമില്ല. അയാൾ ടിഫിൻബാ ഗുമായി രാവിലെ ജോലിസ്ഥലത്തേക്ക് പോകുന്നു. ഒരു നിയമപാലകനും അയാളെ വഴിയിൽ തടയുന്നില്ല.

സംശയമുള്ള ഏത് നിയമപാലകന് വേണമെങ്കിലും സഫറുള്ളഖാന്റെ ബാഗ് പരിശോധിക്കാം. ടിഫിനകത്ത് എണ്ണ ചേർക്കാത്ത രണ്ടോ മൂന്നോ ചപ്പാത്തിയും ഉരുളക്കിഴങ്ങ് കറിയും സവാള നുറുക്കിയതും. തീർന്നു. സഫ റുള്ളഖാന്റെ ഉച്ചകളെ സമൃദ്ധമാക്കുന്ന ശാപ്പാട്. മാരകായുധമൊന്നും കണ്ടെത്താനാകില്ല.

പക്ഷേ, എല്ലാ നിയമപാലകരും സഫറുള്ളഖാന്റെ ബാഗിനുള്ളിലൊരു മാരകായുധമെങ്കിലുമുണ്ടാകണമെന്ന് ആഗ്രഹിക്കുന്നു. പ്രാർത്ഥിക്കുന്നു. ദൈവമത് ചെവിക്കൊള്ളാതിരിക്കട്ടെ.

അങ്ങനെയൊരു കാലത്താണല്ലോ നാമൊക്കെയിപ്പോൾ ജീവിച്ചിരി ക്കുന്നതും സുഹൃത്തേ.

ഇരുളേ വിഴുങ്ങ്

കഴിഞ്ഞ തിങ്കളാഴ്ചയായിരുന്നു നീതുവിന്റെ പിറന്നാൾ. ഉണ്ണി ഇതൊക്കെ ഓർക്കുന്നുണ്ടാകുമോയെന്നറിയില്ല. ഉണ്ണിയെ കുറ്റപ്പെടുത്താനല്ലാട്ടോ ഇത്രയും എഴുതിയത്. ഗൾഫുകാരന്റെ തിരക്കുള്ള നിമിഷങ്ങളിൽ ഇതൊക്കെ ഓർക്കുവാൻ നേരമെവിടെ?

നീതുവിന്റെ കഴിഞ്ഞ പിറന്നാളിന് ഏട്ടൻ നാട്ടിലുണ്ടായിരുന്നില്ലല്ലോ. ട്രാൻസ്ഫറായി മുംബൈയിലോ ഡൽഹിയിലോ ആയിരുന്നു. അന്ന് ഏട്ടൻ എഴുതി. നീതുവിന്റെ അടുത്ത പിറന്നാൾ ബന്ധുക്കളെയും സുഹൃത്തുക്കളെയുമൊക്കെ ക്ഷണിച്ച് ആർഭാടപൂർവ്വം ആഘോഷിക്കണമെന്ന്. പക്ഷേ, ഏട്ടന്റെ ഈ ആഗ്രഹം....

പിറന്നാൾ ദിവസം ഏട്ടന്റെ മുഖം ഉണ്ണി കാണേണ്ടതായിരുന്നു. ഇത്രയും ആഹ്ലാദവാനായി ഏട്ടനെ ഞാനൊരിക്കലും കണ്ടിട്ടില്ലാട്ടോ. കേക്ക് മുറിക്കുവാൻ നീതുവിനെ സഹായിക്കുകയായിരുന്നു ഏട്ടൻ. അപ്പോഴാണ് പുറത്തെ കോളിങ്ബെൽ ശബ്ദിച്ചതും ആരുടെയോ കാല്പെരുമാറ്റം കേട്ടതും. ഏട്ടന്റെ ക്ഷണം സ്വീകരിച്ചെത്തുന്ന ഏതെങ്കിലും സുഹൃത്ത്. അല്ലെങ്കിൽ ബന്ധുക്കളാരെങ്കിലും അത്രയേ കരുതിയിരുന്നുള്ളൂ.

മുറിയിൽനിന്നു പുറത്തുകടന്ന ഏട്ടന്റെ തിരിച്ചുവരുമ്പോഴുള്ള മുഖഭാവം വിവരിക്കുവാൻ എനിക്കാവുന്നില്ലല്ലോ ഉണ്ണി.

എനിക്കു മാത്രം കേൾക്കാവുന്ന സ്വരത്തിൽ ഏട്ടൻ പറഞ്ഞു:

“പൊലീസുകാരാണ്. ഓഫീസിൽ എന്തോ തിരിമറി നടന്നിരിക്കുന്നു. അതിൽ എനിക്കുകൂടെ പങ്കുണ്ടോയെന്ന് അറിയണം. അതന്വേഷിക്കുവാനാണ് അവർ വന്നിരിക്കുന്നത്. ഞാൻ കൂടെ സ്റ്റേഷൻവരെ പോകേണ്ടിവരും.”

അതുവരെയുണ്ടായിരുന്ന ആഹ്ലാദം ആരോ ബോധപൂർവ്വം ഊതി

ക്കെടുത്തിയതു പോലെ.

ഉടുത്തിരുന്ന ലുങ്കിപോലും മാറാതെ ഏട്ടൻ പൊലീസുകാരുടെ കൂടെ പോയി.

ഏട്ടനെ പൊലീസുകാർ കൊണ്ടുപോകുന്നതു കണ്ട നീതു കരയുവാൻ തുടങ്ങിയിരുന്നു. എന്റെ വാക്കുകളൊന്നും അവൾക്ക് സാന്ത്വനമായില്ല. എത്രനേരം നീതു അങ്ങനെ കരഞ്ഞുവെന്നറിയില്ല.

ഈശ്വരാ എന്റെ ഏട്ടൻ ഒരു പാവമാണ്. ഏട്ടന് ഒരാപത്തും വരുത്തരുതേയെന്ന് ഞാൻ പ്രാർത്ഥിക്കുന്നുണ്ടായിരുന്നു. എത്ര നേരം തിരുരൂപത്തിനു മുന്നിൽ നിന്നങ്ങനെ പ്രാർത്ഥിച്ചുവെന്നറിയില്ല. പക്ഷേ, എന്തോ ദൈവം നമ്മുടെ പ്രാർത്ഥന കേട്ടില്ല. ഉണ്ണി.

അന്ന് ഏട്ടൻ വീട്ടിൽ വന്നില്ല. രാവേറെ ചെല്ലുന്നതുവരെ ഞാൻ ഏട്ടനായി കാത്തു. ഉറക്കം വരുമ്പോഴൊക്കെ വാഷ്ബേസിനിൽ പോയി മുഖം കഴുകി.

പിറ്റേന്ന് ഞാനും അന്നയുമായി സ്റ്റേഷനിൽ ചെല്ലുമ്പോഴാണ് അറിഞ്ഞത്. ഏട്ടൻ റിമാന്റിലാണെന്ന് സാഹചര്യത്തെളിവുകൾ ഏട്ടന് എതിരാണത്രെ.

ഓഫീസിൽ ഒരു ഒറ്റയാനായിരുന്നല്ലോ ഏട്ടൻ. ഒരു പ്രലോഭനത്തിനും വഴങ്ങുന്ന പ്രകൃതവുമായിരുന്നില്ല. ഏട്ടനെ അറിയാവുന്നവർക്കറിയാം ഇതൊക്കെ. ഇങ്ങനെയൊന്നുമല്ലായിരുന്നെങ്കിൽ ഇന്നേട്ടന് ആരാകുമായിരുന്നു ഉണ്ണി? ഇതൊക്കെ പറഞ്ഞാൽ ആരാ വിശ്വസിക്ക, അല്ലേ? എന്നെയും അന്നയെയും കണ്ടതും ഏട്ടൻ ഞങ്ങൾക്ക് പുറം തിരിഞ്ഞുനിന്ന് വിമ്മിവിമ്മി കരയുവാൻ തുടങ്ങി. പുറംനിറയെ ചുവന്നുതിണർത്ത ചൂരൽപ്പാടുകൾ. ഏട്ടൻ പറഞ്ഞ സത്യങ്ങൾ നിയമപാലകർക്ക് അസത്യങ്ങളായി തോന്നിയിരിക്കാം. അതിനുള്ള ശിക്ഷയാകുമിത്.

ഒരു ദിവസം കൊണ്ട് ഏട്ടനാകെ മാറിയിരുന്നു. കണ്ണുകൾക്കു താഴെ കറുപ്പ് പടർന്നിരുന്നു. കരഞ്ഞു കരഞ്ഞ് കണ്ണുകൾ ചുവന്നിരുന്നു.

ഗാർഡ് വന്ന് സന്ദർശകസമയം കഴിഞ്ഞിരിക്കുന്നുവെന്ന് പറഞ്ഞപ്പോഴാണ് ഏട്ടൻ ഞങ്ങൾക്കു നേരെ തിരിഞ്ഞുനിന്നത്. ജയിലഴികൾക്കിടയിലൂടെ കൈകൾ നീട്ടി എന്റെ കൈവിരലുകളിൽ തൊട്ടുകൊണ്ട് ഏട്ടൻ പറഞ്ഞു.

"നീയെങ്കിലും എന്നെ..."

ഏട്ടന്റെ ആ വാക്കുകൾ നിലവിളികളിൽ മുങ്ങി.

അതുവരെയുണ്ടായിരുന്ന ധൈര്യവും എനിക്ക് നഷ്ടമാകുകയായിരുന്നു.

കാണാത്ത അഡ്വക്കേറ്റുമാരില്ല. അവരൊക്കെ പറയുന്നത് സാഹചര്യത്തെളിവുകൾ എതിരായിരിക്കുന്നിടത്തോളം നിയമത്തിനൊന്നും ചെയ്യാനാവുകയില്ലെന്നാണ്.

അഡ്വക്കേറ്റുമാരോടൊക്കെ ഞാൻ കരഞ്ഞു പറഞ്ഞു. ഒരിക്കലും എന്റെ ഏട്ടൻ...

“ഒരുപക്ഷേ, നിങ്ങൾ പറയുന്നത് ശരിയായിരിക്കാം. നിയമം നിസ്സഹായമാകുന്ന ഒരവസ്ഥയാണിത്.”

നീതു ചില രാത്രികളിൽ അച്ഛനെ കിനാവു കണ്ടുണരുന്നു. അച്ഛനെപ്പോഴാ തിരിച്ചുവരികയെന്നാ അവൾ എപ്പോഴും ചോദിക്കുക. പലപ്പോഴും നീതുവിന്റെ ഈ ചോദ്യത്തിനുള്ള എന്റെ മറുപടി അതുവരെ അടക്കിനിർത്തിയ കരച്ചിലാകും.

ഏട്ടന്റെ നിരപരാധിത്വം നിയമത്തിന് ബോദ്ധ്യമാകാനും വേഗം ജയിൽ മോചിതനാകുവാനും വേണ്ടി ഉണ്ണി പ്രാർത്ഥിക്കണം.

ഉണ്ണിയെ ഇതൊന്നും അറിയിക്കേണ്ടെന്നാണ് ഏട്ടൻ പറഞ്ഞിരിക്കുന്നത്. നിന്റെ മനസ്സിൽ കൂടെ എന്തിന് വേദനയുടെ മുറിവുകൾ തീർക്കണമെന്ന് കുരുതിയാകണം.

കരയരുതെന്ന മനസ്സിന്റെ ഉപദേശം കടിഞ്ഞാൺ നഷ്ടപ്പെട്ട് ഞാൻ....

ആരോ വരുന്നുണ്ട്. കവിയും പ്രകൃതിസ്നേഹിയും സുഹൃത്തുമൊക്കെയായ ശിഹാബാണ്. ഇരുട്ടിന്റെ നിറമാണ് അവനെങ്കിലും അകമേ ഒരു സ്നേഹസാഗരം സൂക്ഷിക്കുന്ന എന്റെ ഏക മിത്രം.

പക്ഷേ, അവനും എന്റെ മുറിവിട്ട് പോകുകയാണല്ലോ? സാന്ത്വനത്തിന്റെ ഭാഷ അവനും അന്യമാകുകയാണോ?

അവസാനം ഞാനും ഏട്ടന്റെ ഖേദങ്ങൾ പറയുന്ന ചേച്ചിയുടെ കത്തും കണ്ണീരും മാത്രം ബാക്കിയാകുന്നു.

പഴങ്കഥകൾ പറയുന്നത്

രണ്ട് കാക്കകൾ ജീവിച്ചിരുന്നെന്നോ പാർത്തിരുന്നു എന്നോ എഴുതേണ്ടത്. എഴുത്തുകാരൻ ഉദ്ദേശിച്ചത് രണ്ട് കാക്കകൾ പാർത്തിരുന്നു എന്നാണ്. അപ്പോഴത്തെ ചോദ്യം എവിടെ എന്നാകും. വർഷം കൃത്യമായി രേഖപ്പെടുത്തിയിട്ടില്ലല്ലോ. അല്ലെങ്കിൽ പറയാമായിരുന്നു. കൊല്ലവർഷം ഇത്രാമാണ്ട് എന്നൊക്കെ. അതുകൊണ്ട് ഈ ഭൂമുഖത്ത് ജീവിച്ചിരുന്നു എന്നാകുന്നു ഉത്തരം. അല്ലാതെയെവിടെയാ സുഹൃത്തെ കാക്കകൾ ജീവിക്കുക?

കാക്കകളിൽ ഒരുവൻ കടുത്ത അസൂയക്കാരനും മറ്റവൻ തികഞ്ഞ സ്നേഹാലുവുമായിരുന്നുവെന്ന് എഴുതവേ വായനക്കാരൻ. അപ്പോൾ എഴുത്തുകാരാ നിങ്ങളാദ്യം പറഞ്ഞ കാക്കയെ ഈ കാലഘട്ടത്തിലെ മനുഷ്യരുടെ പ്രതീകമായിട്ട് പരിഗണിക്കാമല്ലേ? തീർച്ചയായും സ്നേഹാലുവായ കാക്കയുടെ ഇരതേടിയുള്ള അലച്ചിലിനിടെ ഒരു ദിനം കാലിൽ മുള്ള് തറയ്ക്കുന്നു. അപ്പോഴും വായനക്കാരൻ. അതങ്ങനെയല്ലേ വരൂ. സ്നേഹമൊക്കെ ഇപ്പോൾ പഴഞ്ചൊല്ലിലും പഴമയിലുമല്ലേയുള്ളൂ. സ്നേഹനാട്യമല്ലേ നാടാകെ.

കാക്ക വൈദ്യരെ കാണുന്നു. വൈദ്യർ ഒരു ഗുളികയും നിർദ്ദേശവും കൊടുക്കുന്നു. ഒഴിഞ്ഞ കിണറ്റിൻകരയിൽ കൊണ്ടുപോയി ഗുളിക ഉരയ്ക്കണമെന്നായിരുന്നു. നിർദ്ദേശം കാക്ക തലയാട്ടി. എന്തു ചെയ്തായാലും ഈ ദീനമങ്ങ് മാറ്റുക എന്നു കാക്ക തീരുമാനിക്കുന്നു. ഗുളികയുമായി കാക്ക ഒഴിഞ്ഞ കിണറ്റിൻകര തേടി പറക്കുന്നു.

ഗുളിക ഉരച്ച ശേഷമെന്ത് സംഭവിക്കുമെന്നൊന്നും കാക്കയുമായി കണ്ട നേരം വൈദ്യർ പറയുന്നില്ല. പറയാതിരുന്നത് മനഃപൂർവ്വമല്ല. വൈദ്യർ പറഞ്ഞില്ലെങ്കിലും സംഭവിക്കേണ്ടത് സംഭവിക്കേണ്ട നേരത്ത് സംഭവിക്കുമല്ലോ.

അങ്ങനെ ഉരസുംനേരം അതെങ്ങനെയോ കിണറ്റിൽ പതിക്കുന്നു. ആഴമുള്ള കിണറാണ്. ഗുളിക തേടി കാക്ക കിണറ്റിന്റെ ആഴങ്ങളിലേക്ക്

പറക്കുന്നു. ശേഷമീ കാക്കയ്ക്ക് അതിന്റെ കറുപ്പ് നിറം നഷ്ടപ്പെട്ടുവെന്നും പകരം സ്വർണ്ണനിറമായെന്നുമാ അറിവ്. അപ്പോൾ അസൂയക്കാരനോ?

പറയാം. വായനക്കാരാ... അക്ഷമനാകാതെ. സ്നേഹാലുവായ കാക്കയുടെ കാലിൽ മുള്ള് തറഞ്ഞതും അതുമായി വൈദ്യരെ കാണുവാൻ പോയതുമൊക്കെ അസൂയക്കാരനായ കാക്ക അറിയുന്നുണ്ടായിരുന്നു. അതാരെങ്കിലും അവന്റെ ചെവിയിലോതിയതായിരിക്കാം. നമുക്കിടയിൽ മാത്രമല്ല കുശുമ്പുകാർ. കാക്കകൾക്കിടയിലും കാണുമായിരിക്കും ഇക്കൂട്ടർ. കാരണം കാക്കകളും ഒരു സമൂഹമാണല്ലോ.

എന്നിട്ട്...

പറയട്ടെ വായനക്കാരാ.... അസൂയക്കാരൻ ബോധപൂർവ്വം കാലിൽ മുള്ള് കയറ്റുന്നു. മുടന്തി മുടന്തി ചെന്ന് വൈദ്യരെ കാണുന്നു. വൈദ്യർ ഗുളിക കൊടുക്കുന്നില്ല. വൈദ്യരുടെ ചെവിയിൽ ഈ സൂത്രം മുൻകൂട്ടിയാരെങ്കിലും എത്തിച്ചതായിരിക്കുമോ ആവോ? ഇങ്ങനെ കുഴയ്ക്കുന്ന ചോദ്യമൊന്നും ചോദിക്കാതെ. കാരണമത് കഥയുടെ തുടർച്ചയ്ക്ക് വിഘ്നാതമാകും.

വൈദ്യർ ഉണക്കാൻ വെച്ചിരുന്ന ഗുളികയുമെടുത്ത് കാക്ക സ്ഥലം വിടുന്നു. അപഹരണം.

നിങ്ങളെപ്പോലെ സദുദ്ദേശ്യവാനായ ഒരെഴുത്തുകാരൻ കഥയിൽ ഇങ്ങനെയൊക്കെ കുറിക്കാമോ?

വെറുതെയല്ല സമൂഹത്തിൽ തസ്കരന്മാരും വഞ്ചകരുമൊക്കെ വർദ്ധിക്കുന്നത്.

വായനക്കാരന്റെ ഈ ആവലാതിയും എഴുത്തുകാരൻ വഴിയെ പരിഗണിച്ചോളാം. പരിഗണിച്ചില്ലെങ്കിൽ പരിഗണന അർഹിക്കുന്ന ഒന്നല്ല അതെന്ന് കരുതിക്കോണം.

ഗുളികയുമായി കാക്ക ഒഴിഞ്ഞ കിണറ്റിൻകര തേടി പറക്കുന്നു. ഗുളിക ഉരയ്ക്കുന്നു. ഗുളിക കിണറ്റിൽ വീഴുന്നില്ല. മനഃപൂർവ്വം വീഴ്ത്തുന്നു. ഗുളിക തേടി കാക്ക കിണറ്റിന്റെ ആഴങ്ങളിലേക്ക്...

ശേഷം...

കാക്കയുടെ അന്ത്യം...

ഇതൊരു കഥയാണോ എന്നാ എന്റെ പ്രിയമിത്രവും നിരൂപകനുമായ പത്മനാഭൻ കോലായി ചോദിക്കുന്നത്.

ഇത് കഥയായില്ലേ വായനക്കാരാ. ഈ കഥയ്ക്ക് യുക്തിപരമായ തലയില്ലെന്നാ അവൻ പറയുന്നത്.

കഥയിൽ ചോദ്യമില്ലെന്ന് അറിയില്ലേയെന്ന് ഞാനും. ഈ ചോദ്യം തന്നെ അപ്രസക്തമെന്ന് അവനും.

എഴുത്തുകാരന്റെ ദൗത്യം എഴുതുക എന്നതാണെന്നും ഞാനത് ഭംഗിയായി നിർവ്വഹിച്ച് കഴിഞ്ഞുവെന്നുമാണ് എന്റെ വിശ്വാസമെന്ന് ഞാനും.

പക്ഷേ, പത്മനാഭനുണ്ടോ സമ്മതിക്കുന്നു. അവനിപ്പോഴും പഴയ വാദങ്ങളുടെ തടവിലാണുള്ളത്. ഇനിയൊരു തീർപ്പ് വായനക്കാരാ നിങ്ങളുടെ ഭാഗത്തുനിന്നാണുണ്ടാകേണ്ടത്.

ഇതു ഹരിതയുടെ കഥ

ഇവൾ ഹരിത. ഈ പേരിനു പിന്നിൽ തീർച്ചയാകും മറ്റൊരു പേരുണ്ടാകും. ആ പേരാകും യഥാർത്ഥവും. കാരണം ഹരിതയുമൊരു പെണ്ണാണല്ലോ. അല്ലെങ്കിലുമൊരു പേരിലെന്തിരിക്കുന്നു. ആരെ സംബന്ധിച്ചും അവരുടെ കർമ്മവും സ്വഭാവുമൊക്കെയല്ലേ പ്രധാനം. അതുകൊണ്ടീ പേരിനെച്ചൊല്ലിയുള്ള പൊല്ലാപ്പുകളിവിടെ നിക്കട്ടെ.

ഓഫീസിൽ നിന്നു വന്നുകഴിഞ്ഞ് വീട്ടിൽ നിന്നുമുള്ള പ്രിയതമയുടെ കത്ത് ആർത്തിയോടെ വായിക്കുന്ന നേരമാണ് ഹരിത എന്റെ മുറിയിലേക്കു കടന്നുവന്നത്. ഞാനാദ്യം കരുതിയത് അവൾക്കു മുറി തെറ്റിയതാകുമെന്നാണ്. എന്റെയീ ധാരണ അറിഞ്ഞിട്ടെന്നോണം അവൾ പറഞ്ഞു.

"മുറി തെറ്റിയതൊന്നുമല്ല സാർ. ഞാൻ സാറിനെത്തന്നെ തിരക്കിവന്നതാ."

എന്നെ തിരക്കിയൊരു പെണ്ണോ?

ഇതെന്തായാലും അത്ഭുമായിരിക്കുന്നു. മുപ്പത്തിയെട്ടുവർഷം നീണ്ട ജീവിതാനുഭവങ്ങൾക്കിടയിൽ ഇങ്ങനെയൊരു അത്ഭുതം ഇതാദ്യം. ഇതുവരെ ഞാൻ പെണ്ണിനു പിറകെ നടന്നിട്ടേയുള്ളൂ. അതുകൊണ്ടെനിക്കുണ്ടായ നേട്ടം പ്രണയമെനിക്കു പറ്റിയ പണിയല്ലെന്ന തിരിച്ചറിവാണ്.

കാഴ്ചയിലത്ര വിരൂപയൊന്നുമല്ല ഹരിത. പെണ്ണുങ്ങളുടെ കാര്യത്തിൽ ഇങ്ങനെയൊരു പരിമിതി എനിക്കുണ്ട്. കാണാൻ കൊള്ളാവുന്ന പെണ്ണുങ്ങളോടെ ഞാനിടപഴകൂ. അതുകൊണ്ടൊരുപാട് ദോഷങ്ങളുണ്ടായിട്ടുണ്ടെങ്കിലും.

ഹരിത വന്നകാലിൽ നില്ക്കുകയാണ്. ഞാനവളോട് ഇരിക്കാൻപോലും ഇതുവരെ പറഞ്ഞില്ല. ഞാനെന്റെ മുറിയിലെ ഏക കസേര

ചൂണ്ടി അവളോടതിൽ ഇരിക്കാൻ പറഞ്ഞെങ്കിലും അവളെന്നോടൊപ്പം കട്ടിലിലാണ് ഇരുന്നത്.

ഇനി നീ തന്നെ നിന്നെക്കുറിച്ച് പറയൂ എന്നമട്ടിൽ ഞാനവളുടെ മുഖത്തേക്കു നോക്കിയിരുന്നു. ഇല്ല.... ഇവളെന്തൊക്കെയോ എന്നിൽനിന്നൊളിക്കാൻ ശ്രമിക്കുന്നുണ്ട്.

"ഈ ഒരു രാത്രി സാറെന്നെ ഈ മുറിയിൽ ഉറങ്ങാൻ അനുവദിക്കണം."

പോരേ പൂരം? ഇവൾ ആരെന്നോ എന്തെന്നോ എനിക്കറിയില്ല. നാളെ എന്തെങ്കിലും സംഭവിച്ചാൽ ഇവൾ ക്ലീനായി തടിതപ്പുകയും ചെയ്യും. അല്ലെങ്കിൽ ഈ മഹാനഗരിയിൽ എന്റെ മുറിയിലൊരു പെണ്ണ് ഉറങ്ങുകയെന്നു പറഞ്ഞാൽ അതൊരു വാർത്തയേ അല്ല.

എന്നാലും ഞാൻ ശീലിച്ചു പോന്ന രീതികൾക്ക് കുറുകെ ചാടലാകുമത്.

പക്ഷേ, ഇനിയീ സന്ധ്യ കഴിഞ്ഞനേരത്ത് ഞാനിവളെ നിരത്തിലുപേക്ഷിക്കുന്നതും ഒട്ടും ശരിയല്ല.

അങ്ങനെ അവളേക്കാൾ വലിയ സങ്കടത്തിലായി ഞാൻ...

ആരാകുമിവൾ? എന്നിലെന്തോ രഹസ്യമുണ്ടെന്നറിഞ്ഞ് അത് ചോർത്താനായി എത്തിയ പൊലീസ് ഉദ്യോഗസ്ഥ? അഭിസാരിക? ഇങ്ങനെയൊക്കെ ചിന്തിച്ചപ്പോൾ എനിക്കു ശരിക്കും പേടിയാവുകയായിരുന്നു.

വർഷങ്ങളായെങ്കിലും എനിക്കീ മഹാനഗരത്തിലാരോടുമത്ര അടുപ്പമില്ല. അടുക്കുന്നതിനേക്കാൾ അകലുകയല്ലേ ഈ നഗരത്തിൽ ഭേദം. അനുഭവങ്ങൾ അങ്ങനെയൊരു തിരുത്തല്ലേ ആവശ്യപ്പെടുന്നത്.

അല്ലെങ്കിൽ ഹരിത കാമുകനിലെല്ലാം അർപ്പിച്ച് എല്ലാമുപേക്ഷിച്ച് ഇറങ്ങിപ്പുറപ്പെട്ടതാകുമോ? എന്നിട്ട് കാമുകൻ നഗരത്തിരക്കുകളിൽ അവളെ ഉപേക്ഷിച്ചതാകുമോ?

ഇതൊന്നുമേതായാലും ഹരിതയോട് ചോദിക്കുവാനെനിക്ക് ധൈര്യമുണ്ടായില്ല.

അവളാണെങ്കിലിതൊന്നും എന്നോട് പറയുന്നുമില്ല.

വീണ്ടും സങ്കടങ്ങളുടെ നനവിൽ ഞാൻ മാത്രം.

ഏതായാലുമാരാത്രി ഹരിത എന്നോടൊപ്പമുറങ്ങി. ഹോട്ടലിൽ പോയി ഞങ്ങൾ മൂക്കറ്റം ആഹാരവും കഴിച്ചു.

ഇയാളുടെ കൈയിലിങ്ങനെയുള്ള വേലത്തരങ്ങളൊക്കെയുണ്ടോ എന്നമട്ടിൽ എന്നെ പലരും നോക്കുന്നുണ്ടായിരുന്നു.

പക്ഷേ, ഞാനത് ഗൗനിച്ചതേയില്ല.

രക്ഷകനാകണമെങ്കിൽ ഇങ്ങനെ ചില ത്യാഗങ്ങളൊക്കെ സഹിക്കേണ്ടിവരുമെന്നു പറഞ്ഞ് ഞാനെന്നെത്തന്നെ ശാസിച്ചു.

രാവിലെ ഉറങ്ങി എഴുന്നേറ്റപ്പോൾ ഞാൻ ഹരിതയോടു പറഞ്ഞു. "എനിക്ക് നാട്ടിൽ ഭാര്യയും മകനുമൊക്കെയുണ്ട്."

അവളങ്ങനെ ഒഴിവാകുന്നെങ്കിൽ ഒഴിവായിക്കൊള്ളട്ടെയെന്നു കരു

തിയാണ് ഞാനെത്രയും പറഞ്ഞത്.

എന്റെയീ വെളിപ്പെടുത്തലുകൾ അവളിൽ ഞാൻ പ്രതീക്ഷിച്ച പ്രതികരണമൊന്നും സൃഷ്ടിച്ചില്ല. ഞാൻ ഹരിതയോട് എന്നെ സംബന്ധിക്കുന്നതെല്ലാം പറഞ്ഞെങ്കിലും അവളെന്നോടൊന്നും അവളെക്കുറിച്ചതുവരെ പറഞ്ഞിട്ടില്ല.

ദിവസങ്ങളാകുന്നു ഹരിത എന്റെ മുറിയിൽ വന്നിട്ട്. മുഖസ്തുതി പറയുകയാണെന്ന് കരുതരുത്. പാചകകാര്യങ്ങളിലൊക്കെ ഹരിത എത്ര എക്സ്പർട്ടാണെന്ന് അറിയണമെങ്കിൽ അവൾ വച്ചുവിളമ്പുന്നതൊക്കെ കഴിച്ചുനോക്കണം.

രാത്രികളിൽ പാപം മാത്രം പരിചയമുള്ളപോലെന്റെ കൈവിരലുകൾ അവളുടെ അരുതാത്തിടങ്ങളിൽ...

പക്ഷേ, പിറ്റേന്നു രാവിലെ ഒന്നും സംഭവിച്ചിട്ടില്ലാത്തതുപോലെ ഹരിത എന്നെ ഉറക്കത്തിൽനിന്നുണർത്തുന്നു. പ്രാതലുണ്ടാക്കിത്തരുന്നു. ചോറു കെട്ടിത്തരുന്നു.

ഹരിതയൊരു വിധവയാകുമോ? അവളുടെ ഭർത്താവ് ഈ മഹാനഗരത്തിലേതെങ്കിലും വാഹനാപകടത്തിൽപ്പെട്ട് മരിച്ചതാകുമോ? ഏതെങ്കിലും അധോലോകനായകന്റെ കത്തിക്കിരയായി അയാൾ കൊല്ലപ്പെട്ടതാകുമോ?

ഒന്നുമെനിക്ക് അറിയില്ല ചങ്ങാതീ.

ഇപ്പോൾ രാവിലെ പുറപ്പെടുന്നേരം തന്നെ ഓഫീസ് സമയമെങ്ങനെയെങ്കിലും കഴിയണേ എന്നാണെന്റെ പ്രാർത്ഥന. ഹരിതയിലേക്കെത്താൻ എനിക്കത്രയേറെ തിടുക്കമാണ്.

ഇനി നിങ്ങൾതന്നെ പറയ് ഹരിതയെ ഇനിയുമെന്റെ മുറിയിൽ പാർപ്പിക്കുന്നതാകുമോ യുക്തി? അല്ലെങ്കിൽ ഉപേക്ഷിക്കുന്നതോ? ഇതിലേത് സ്വീകരിക്കുവാനും ഞാൻ തയ്യാർ.

ഇവിടെയൊരു വിവാഹമോ അതിനുശേഷമുള്ള പിരിയലോ അല്ലല്ലോ സംഭവിക്കുന്നത്?

വേണ്ടാട്ടോ, ഹരിത എന്നോടൊപ്പം തന്നെ നില്ക്കട്ടെ. മാസങ്ങളായില്ലേ അവളിപ്പോൾ എന്നോടൊപ്പം...

എന്റെ നാട്ടുകാരെയോ വീട്ടുകാരെയോ ഞാനീ മഹാനഗരിയിലിതുവരെ കണ്ടിട്ടില്ലാത്തതുകൊണ്ടും ഭാര്യയും മകനുമൊക്കെ മൈലുകൾക്കപ്പുറമിരുന്ന് എന്റെയീ ചെയ്തികളൊന്നും കാണുകയോ അറിയുകയോ ചെയ്യില്ലെന്നുള്ളതുകൊണ്ടും ഹരിത എന്നോടൊപ്പം തന്നെ വാഴട്ടെ.

ജീവനോടിരിക്കുന്നതിന്റെ വ്യസനങ്ങൾ

പകൽ മുതൽ രാത്രിവരെ ചുമടെടുത്ത് (അയാളുടെ പ്രകൃതവും വേഷവും കണ്ടാൽ അങ്ങനെയൊരു തൊഴിൽ ചെയ്യുന്ന ആളാണെന്ന് തോന്നുകയേയില്ല) സർക്കാർ ബസിൽ കുറേദൂരം സഞ്ചരിച്ച് വഴിവിളക്കുകൾ ഇല്ലാത്ത നാട്ടുമ്പുറത്തെ ഇരുട്ട് വീണ വഴികളിലൂടെ ഭയവും മൃതപ്രായമായ ശരീരവുമായി നടന്ന് വീടിന്റെ വാതിലിൽ മുട്ടുമ്പോൾ ഭാര്യ പറയുന്നു.

മകൻ വല്ലാതെ പേടിച്ചിരിക്കുന്നുവെന്ന്. അവനെയാരോ അപായപ്പെടുത്തുവാൻ വരുന്നുവെന്ന് പറഞ്ഞ് കട്ടിലിനടിയിൽ ഒളിച്ചിരിക്കുകയാണെന്ന്.

മകനെന്നും മകളെന്നും പറയുവാൻ അവനൊരുവനേ അയാൾക്കുള്ളൂ.

പിന്നേയും ഒരു മകനോ മകൾക്കോ ആയി അയാൾ കാത്തെങ്കിലും ദൈവം അയാളുടെ ആഗ്രഹമൊന്നും സാക്ഷാല്ക്കരിച്ചില്ല.

മകന്റെ ഏകാന്തതയിലേക്കും വ്യസനങ്ങളിലേക്കും കൂട്ടുപോകാൻ സമയക്കുറവ് കൊണ്ട് അയാൾക്കാവാറില്ല. ഭാര്യയാകും മിക്കവാറും അതൊക്കെ നിറവേറ്റുക.

എപ്പോഴും അമർഷമാണ് അയാൾക്ക്. തന്റെ ജീവിതത്തെ ഇങ്ങനെയൊക്കെ രൂപപ്പെടുത്തിയ സാഹചര്യത്തെ അയാൾ പലപ്പോഴും പഴിക്കാറുണ്ട്. പരാജയങ്ങൾ മാത്രമുള്ള പരീക്ഷയായിരുന്നു അയാൾക്കെന്നും ജീവിതം. പലപ്പോഴും തോന്നാറുണ്ട് ഈ ജീവിതത്തിന് ബോധപൂർവ്വമൊരു വിരാമമിട്ടാലോയെന്ന്. അങ്ങനെ ചിന്തിക്കുകയല്ലാതെ അങ്ങനെയൊന്നും ചെയ്യുവാൻ ധൈര്യമില്ലെന്നും അയാൾക്കറിയാം. പക്ഷേ ഇപ്പോളയാൾ ഭയക്കുന്നുണ്ട്. അങ്ങനെയൊരു ക്രൂരതയിലേക്കാണോ ജീവിതാനുഭവങ്ങൾ തന്നെ കൂട്ടുന്നതെന്ന്.

ഭാര്യയാണെങ്കിൽ അയാളെ എപ്പോഴും കുറ്റങ്ങളുടെ കുരിശിലേറ്റു കയാവും ചെയ്യുക.

എങ്കിലും അബോധത്തിന്റെ വഴിയേ അയാൾ നടക്കാറില്ല. ഭാര്യയോട് അയാളിപ്പോൾ മിണ്ടുന്നതും വിരളമാണ്. മൗനം അവർക്കിടയിൽ കനത്ത ചുമരുകൾ തീർത്തിരിക്കുന്നു. സംഭാഷണം കുറവായ സിനിമയിലെ കഥാ പാത്രങ്ങളെപോലെയാണവർ. എല്ലാം വ്യസനമാണയാൾക്ക്. ഭാര്യ, മകൻ.. ഈശ്വരാ ഇങ്ങനെ ശിക്ഷിതനാകുവാനെന്ത് പാതകമാവും അയാൾ ചെയ്തിരിക്കുക.

അയാളുടെ അച്ഛനും നേരിനുവേണ്ടി നിലകൊണ്ട ഒരാളായിരുന്നു. എന്നിട്ടും അച്ഛനും മരണംവരെ കൂട്ടുണ്ടായിരുന്നത് ദുരനുഭവങ്ങളാണ്. അയാൾക്കൊരു പെങ്ങളുണ്ടായിരുന്നു. കുഞ്ഞുന്നാളിൽ അയാളൊക്കെ കളിക്കുമ്പോൾ പെങ്ങൾ വീടിന്റെ വലിയ വാതിലുകളിൽ ചോക്കുകൊ ണ്ടെഴുതിയത് ഒരു വടിയുടെ ഗൗരവത്തിൽ മുന്നിലിരിക്കുന്ന കുട്ടികളോട് എന്ന പോലെ ഉറക്കെ പറയും.

അങ്ങനെ കുഞ്ഞുനാൾ തൊട്ടേ പെങ്ങൾക്ക് അറിവിന്റെ അഗ്നി കുട്ടി കളിലേക്ക് പകരാൻ വലിയ തിടുക്കമായിരുന്നു. പിന്നെപ്പിന്നെ പെങ്ങൾ പഠിക്കുന്ന കാലത്ത് ചെറിയ കുട്ടികൾക്ക് ട്യൂഷൻ എടുക്കുമായിരുന്നു. ഇപ്പോൾ പെങ്ങൾ അച്ഛൻ മാനേജരായിരുന്ന സ്കൂളിൽ അദ്ധ്യാപികയാ ണ്. ആ പെങ്ങളായിരുന്നു അയാളുടെ വീടിന്റെ ആഹ്ലാദം. അച്ഛന് പ്രിയ പ്പെട്ട സന്താനം. ആ പെങ്ങൾതന്നെയാണ് ഞങ്ങളുടെ കൂട്ടത്തിൽ കൂടു തൽ പഠിച്ചതും.

ഒരാഗ്രഹത്തിനായി യത്നിച്ച് അതായിത്തീരുക. അതൊരു സൗഭാ ഗ്യമല്ലേ.

ഈ പെങ്ങൾ പിറന്ന ശേഷമാണ് വീട്ടിൽ ഐശ്വര്യമുണ്ടായതെന്ന് അമ്മ ഇപ്പോഴും പറയാറുണ്ട്. ഈ പെങ്ങളുടെ പേര് തന്നെയാണ് അയാ ളുടെ വീടിന് അച്ഛനിട്ടിരുന്നതും. പെങ്ങളാണ് സൈക്യാട്രിസ്റ്റിനെ കാണാൻ മകനും ഭാര്യയുമായി പോയത്.

മകനിപ്പോൾ ഭയത്തിന്റെ തടവ് ഭേദിച്ചിരിക്കുന്നു. അവനുമായൊരു സ്നേഹപാലം തീർക്കാനാവുന്നില്ലല്ലോ എന്നുള്ളത് അയാളുടെ നിത്യ വ്യസനമായിരുന്നു.

മൗനത്തിന്റെ അസഹ്യത കൊണ്ടാണോ എന്നറിയില്ല. ഭാര്യ ഇടയ്ക്ക് പറയാറുണ്ട്. നിങ്ങൾക്ക് എന്നെ ഇഷ്ടമല്ലെങ്കിൽ വേറെ വിവാഹം കഴി ച്ചോയെന്ന്. മകനും ഭാര്യയ്ക്കും ചെലവിന് കൊടുത്താൽ മതിയെന്ന്. വസ്ത്രം മാറുന്നതുപോലെ മാറാവുന്നതാണോ ഭാര്യയെ. ഇല്ല. അയാൾക്ക തറിയില്ല. ഒന്നിൽ നങ്കൂരമിട്ടാൽ പിന്നെ ആയുഷ്കാലം അത് തന്നെയാ കുന്നതല്ലേ നല്ലത്. ഒരിക്കൽ വേർപിരിഞ്ഞാൽ പിന്നെ ഒരുമിക്കാനുമാവി ല്ലല്ലോ. അങ്ങനെയൊരു കുടുംബപശ്ചാത്തലവുമല്ല അയാളുടേത്. അതു കൊണ്ട് ഭാര്യ പറയുന്നതൊന്നും അയാൾ ചെവിക്കൊള്ളാറില്ല.

ഭാര്യ മകനെയും കൂട്ടി അവളുടെ വീട്ടിലേക്ക് പോകാനൊരുങ്ങുക

യാണ്. വൈകുന്നേരം. ഇനി എപ്പോഴാണ് തിരിച്ചുവരിക എന്നൊന്നും അയാൾ ചോദിച്ചില്ല.

ചോദിക്കാതിരുന്നത് മനപ്പൂർവ്വമല്ല. അങ്ങനെയൊരു ചോദ്യത്തിനെയും ഉത്തരത്തെയും കുറിച്ചൊന്നും ഇത്തരം സന്ദർഭങ്ങളിൽ അയാൾ ഓർക്കാറില്ല. ഭാര്യ പോയിക്കഴിഞ്ഞാൽ അയാൾ വല്ലാതെ അനാഥനായത് പോലെ തോന്നും. പിന്നെ ഒന്നിനുമൊരു ഉത്സാഹവുമുണ്ടാകില്ല. ആഹാര കാര്യങ്ങളിൽപോലും ഭാര്യയും മകനുമൊന്നുമില്ലാത്ത വീട് അയാളെ ശ്മശാനംപോലെ ഭയപ്പെടുത്തും.

ഭാര്യയില്ലാത്ത രാത്രികളിൽ അയാൾക്ക് ഉറങ്ങാനാകാറില്ല. കണ്ണടയ്ക്കാതെ അയാളാ രാത്രികളെ പകലുകളാക്കും. അപ്പോൾ തോന്നും അവളോടൊപ്പം പോയാൽ മതിയായിരുന്നുവെന്ന്. ഇതൊന്നും അയാൾ ഭാര്യയോട് പറയാറില്ല.

ഒരു ജീവിതപങ്കാളിയെ തേടുമ്പോൾ അയാളൊരുപാട് ആഗ്രഹിച്ചിരുന്നു. കാമുകിയായും അമ്മയായും മാറുന്ന ഭാര്യയെക്കുറിച്ച്. എന്നിട്ടിപ്പോൾ ആ സ്വപ്നങ്ങൾക്കൊക്കെ ആത്മാവ് നഷ്ടപ്പെട്ടതുപോലെ.

ഇപ്പോളൊരു അധികചുമട് പോലെയാണ് അയാൾക്ക് ഭാര്യ. പഴയ ജീവിതം തന്നെയായിരുന്നു ഭേദമെന്നും തോന്നാറുണ്ട്. അല്ലെങ്കിൽ അയാൾ അയാളുടെ സങ്കടങ്ങളിലെന്നും തനിച്ചായിരുന്നല്ലോ.

എന്റെ സ്വപ്ന കാഴ്ചകൾ

ഇപ്പോൾ എനിക്ക് മുന്നിൽ കറുത്ത പുതപ്പ് പുതച്ച ഒരു രാത്രിയാണ്. അതാണോ നേര്? അല്ല. സത്യമായും അല്ല. ചില ജന്മങ്ങൾ പോലെ സ്വയം ഉരുകി മറ്റുള്ളവർക്ക് വെളിച്ചം കാണിക്കുവാൻ വിധിക്കപ്പെട്ട മെഴുകുതിരി വെട്ടം നിറഞ്ഞ മുറികളാണ് എനിക്ക് ചുറ്റും.

പുറത്തെ ഇരുട്ടിൽ നിന്നും അച്ഛൻ കയറി വരുന്നു. അച്ഛന്റെ ശുഭ്രവസ്ത്രത്തിൽ നിറയെ ചോരത്തുള്ളികൾ.

അവരെന്നെ...

പറഞ്ഞുതീരും മുൻപെ അച്ഛന്റെ ജീവനിൽ മരണം കൈവെക്കുന്നു.

ഞാൻ അച്ഛന്റെ കിടക്കയിലേക്ക് ഓടുന്നു. ഇല്ല. അച്ഛനുറങ്ങുകയാണ്. ജീവിതത്തിലെ വേദനകളും വേനലുകളും സൃഷ്ടിച്ച അസ്വാസ്ഥ്യങ്ങൾക്കിടയിൽ തിരിഞ്ഞും മറിഞ്ഞും കിടന്ന്...

ഞാൻ സ്വസ്ഥതയോടെ എന്റെ കിടക്കയിലേക്കു തന്നെ തിരിച്ചെത്തുന്നു.

* * * * *

നിറയുന്ന രണ്ടു കണ്ണുകളാണ് ഞാനിപ്പോൾ കാണുന്നത്. രേഖകൾ പോലെയുള്ള ആ മുഖത്തെ നഖപ്പാടുകളിലെ തിളക്കം രക്തത്തിന്റേതാണല്ലോ? നിറയുന്ന കണ്ണുകളിൽ നിന്നൊരു സത്യം കൂടെ എനിക്ക് കണ്ടെത്താനാകുന്നുണ്ട്. അതൊരു അഭയത്തിനായുള്ള യാചനയാണ്.

ആ മുഖത്തെ വരണ്ട ചിരിയിൽ ഒരു സൗഹൃദത്തിന്റെ സൂചനയുണ്ടല്ലോ.

എന്റെ ചോദ്യത്തിലെ അപരിചിതത്വത്തെ ഭേദിച്ചുകൊണ്ട് ആ മുഖം പറയുന്നു.

ഞാൻ ഹലീമ...

ഞാനന്റെ ജീവിതത്തിന്റെ ഒന്നാം പാഠങ്ങളിൽ എത്തുന്നു. കൂടെ ഹലീമയുടെ നിറമാർന്ന പൂർവ്വ ചരിത്രത്തിലേക്കും.

എന്നോടുള്ള അവളുടെ ഇഷ്ടം നിറച്ച ചിരിയും. രഹസ്യമായുള്ള നോട്ടവും. അതുകാണേ മറ്റു മുഖങ്ങളിൽ ഉണരുന്ന അസൂയയും. ചില പ്പോഴൊക്കെ അവളെന്നോട് കാണിക്കാറുള്ള തടിക്കച്ചവടക്കാരൻ അബൂ ബക്കർ ഹാജിയുടെ ഏക മകളാണെന്ന പത്രാസും വർഷങ്ങൾക്കപ്പുറ ത്തേക്ക് നടന്നുകൊണ്ട് ഞാൻ കാണുന്നു.

വർഷങ്ങൾക്കുമുമ്പ് ഒരു ഉത്തരേന്ത്യൻ നഗരത്തിലിരുന്ന് അമ്മയുടെ കത്ത് വായിക്കവെ ഞാനറിയുന്നു. ഹലീമയ്ക്ക് വാക്കുകളുടെ അർത്ഥം പറഞ്ഞ് കൊടുക്കുവാൻ എത്തിയിരുന്ന ഏതോ ചോവൻ ചെറുക്കനുമായി അവൾ ഒളിച്ചോടിയെന്ന്.

ഹലീമ കരഞ്ഞ് പറയുന്നു.

അയാളുടെ നഗരത്തിലുണ്ടായ കലാപത്തിൽ അവൾക്കാ ചെറുപ്പ ക്കാരനെ നഷ്ടപ്പെട്ടെന്ന്. അവളുടെ കുഞ്ഞുങ്ങൾ അവൾ കണ്ടുനില്ക്കെ കഴുത്തറുക്കപ്പെട്ടുവെന്ന്. അവളുടെ ചാരിത്ര്യത്തിന്മേലും ആ മനുഷ്യമൃ ഗങ്ങൾ വിഷം പുരട്ടിയെന്ന്.

പശിയടക്കാനെന്തെങ്കിലും..

ഹലീമ യാചിക്കുകയാണ്. അവളുടെ ഈ യാചന ഇടയ്ക്ക് നിലവി ളിയാകുന്നു.

പാപങ്ങളുടെ അശുദ്ധിയിലേക്കാണ് ഹലീമ ഇപ്പോൾ എന്നെ ക്ഷണി ക്കുന്നത്. എനിക്ക് അവളോട് പറയണമെന്ന് തോന്നി. പ്രാർത്ഥനയുടെ വിശുദ്ധിയിലാണ് എന്റെ ഇപ്പോഴത്തെ ജീവിതമെന്ന്.

ശൂന്യമായ കീശയും മനസ്സുമായി ഞാൻ ഹലീമയ്ക്ക് മുന്നിൽ നില്ക്കുകയാണ്. ജീവനുള്ള പ്രതിമ പോലെ.

എനിക്ക് അപ്പം നിഷേധിച്ചിട്ട് ഇന്നേക്ക് തൊണ്ണൂറ് ദിവസമാകുന്നു. അവിശ്വാസിക്ക് സ്വർഗ്ഗവും വിശ്വാസിക്ക് നരകവും. അതാണീ കാലത്തെ നീതി ഹലീമേ. ഞാനും നീയും ഈ നരകത്തിൽ വേകുവാൻ വിധിക്ക പ്പെട്ടവർ.

നിർഭാഗ്യങ്ങൾ നിറഞ്ഞ ജീവിതത്തിലേക്ക് നിന്നെയും കൂട്ടണമെന്ന് ആഗ്രഹമില്ലാഞ്ഞിട്ടല്ല.

എന്റെ ധൈര്യത്തിന്മേലാരോ വിലങ്ങ് വെക്കുന്നല്ലോ!

* * * * *

വലതു കൈയിൽ ഉയർത്തിപ്പിടിച്ച കഠാരയാണ് ഞാനാദ്യം കണ്ടത്. പിന്നെയേ അമ്മയുടെ വിളി ഞാൻ കേട്ടുള്ളൂ. അവരുടെ വിളിയിൽ നിറ യുന്നത് സ്നേഹമാണോ....? ഒരിക്കലുമായിരുന്നില്ല. അത് സ്നേഹ ശൂന്യ തയാണ്.

ഞാനോടുകയാണ് ഓട്ടത്തിനിടയിൽ ഞാൻ തിരിഞ്ഞു നോക്കുമ്പോൾ ഒരു രാക്ഷസിയുടെ മുഖവുമായി അമ്മ എനിക്കു പിറകെയുണ്ട്.

പ്രതിബന്ധങ്ങളുടെ പർവ്വതങ്ങൾ കടന്ന് അശാന്തിയുടെ കടലുകൾ നീന്തി ഞാനോടുകയാണ്. ബന്ധങ്ങളിലെ ആഹ്ലാദമറിയുവാൻ. ശാന്തി ഒരനുഭവമാകുന്ന ജന്മത്തിനായി.

ബന്ധങ്ങളിലെ ആഹ്ലാദവും ശാന്തി ഒരനുഭവമാകുന്ന ജന്മവും എന്റെ വ്യാമോഹങ്ങളാണെന്ന തിരിച്ചറിവിലേക്ക് ഞാൻ മുഖമടിച്ചു വീഴുന്നു.

* * * * *

എന്നെ കല്ലെറിയുന്ന ഒരു കൂട്ടം ആളുകൾ. ഞാനാ മുഖങ്ങളിലേക്ക് സൂക്ഷിച്ച് നോക്കി. എന്റെ ബന്ധുക്കളും സുഹൃത്തുക്കളും അയൽക്കാരുമൊക്കെയായിരുന്നു അവർ.

ഭ്രാന്തൻ.... ഭ്രാന്തൻ...

അങ്ങനെയല്ലേ അവർ വിളിച്ച് കൂവിയിരുന്നത്.

ഒരു പുതിയ ഇരയെ കണ്ടെത്തിയ ആഹ്ലാദം അവരുടെ മുഖങ്ങളിലുണ്ടായിരുന്നു.

* * * * *

താരാട്ട് കൊതിക്കുന്ന ഒരു കുട്ടിയെപോലെ മറിയയുടെ തോളിലേക്ക് തല ചായിക്കുമ്പോൾ ഞാൻ ചോദിച്ചിരുന്നു.

“എനിക്ക് വട്ടുണ്ടോ മറിയേ... ?”

ഈ ചോദ്യശേഷം മറിയ എനിക്കൊരു വേദനയാകുകയായിരുന്നോ? അല്ലെങ്കിൽ ആശ്വാസമോ? ആവോ... എനിക്ക് അറിയില്ല.

എന്റെ ബോധങ്ങളിൽ ഇപ്പോൾ ഒന്നും ഓർത്തെടുക്കാനാവാത്ത ഇരുട്ടാണല്ലോ?

രണ്ട് ജീവിതങ്ങളോട് ഇടപെടുമ്പോൾ

അന്നയും അവറാച്ചനും പിരിയാൻ തന്നെ തീരുമാനിച്ചു.

രണ്ടുപേരും എനിക്ക് വേണ്ടപ്പെട്ടവർ. അന്ന എന്നെ പ്രണയിച്ചിരുന്ന കാലമൊക്കെയുണ്ടായിരുന്നു കേട്ടോ. അതൊക്കെ പഴയകഥ. ഇപ്പോഴതൊക്കെ ഓർത്തിട്ടെന്തു കാര്യം. അന്നയിപ്പോൾ അവറാച്ചന്റെ ഭാര്യയാണ്. എന്നാലും അന്നയുടെ ഒരു കണ്ണ് എനിക്കു മേലുണ്ട്. അതുകൊണ്ടു തന്നെ അവറാച്ചന്റെ സാന്നിദ്ധ്യത്തിലല്ലാതെ ഞാനവളെ കാണാറില്ല. അന്ന പഴയ ഓർമ്മയ്ക്കു വല്ലതും പ്രവർത്തിച്ചാൽ. അയ്യോ അതോർക്കാൻ കൂടി വയ്യ.

അവറാച്ചൻ നല്ലവനാ. അകംകൊണ്ടും പുറം കൊണ്ടും. മനുഷ്യർ തമ്മിൽ മുഖത്തോടുമുഖം നോക്കിയാൽ പോരു തുടങ്ങണ ഈ കാലത്തു ഞാനും അവറാച്ചനും ജാതി മറന്ന്, മതം മറന്നു സാമ്പത്തികാടിസ്ഥാനത്തിലും രൂപഭാവങ്ങളിലുമുള്ള ഏറ്റക്കുറച്ചിലുകൾ പൊറുത്ത് സ്നേഹത്തിന്റെയും ആഹ്ലാദത്തിന്റെയുമൊക്കെ അർത്ഥമറിഞ്ഞു കഴിയുന്നുവെന്നതു നിസ്സാരകാര്യമാണോ? ഭംഗിവാക്കു പറയുകയാണെന്നു കരുതരുത്. അവറാച്ചനെ അറിഞ്ഞതുമുതൽ പിണക്കമെന്തെന്നു ഞാനറിഞ്ഞിട്ടില്ല. എന്റെ ജീവിതത്തിലെ ഏറ്റവും വലിയ ഭാഗ്യവും അവറാച്ചനെ അറിയാൻ കഴിഞ്ഞതുതന്നെ.

ഞാനെത്രയോ ഉപദേശിച്ചു: "കേട്ടോ അവറാച്ചാ, അന്നേ, കേൾക്കുന്നുണ്ടല്ലോ. പത്തോ പതിനഞ്ചോ വർഷം ഇണങ്ങിയും പിണങ്ങിയും പരിഭവിച്ചും പരാതിപറഞ്ഞുമൊക്കെ കഴിഞ്ഞതല്ലേ നിങ്ങളിരുവരും. ആ ഒരു സുഖനഷ്ടം. വേർപാടിന്റെ വേദന. അതനുഭവിക്കുമ്പോഴേ തോന്നൂ. ഈ സാഹസമൊന്നും വേണ്ടിയിരുന്നില്ലെന്ന്."

ഒരു ഭാര്യ ഇല്ലാത്തതിന്റെ ഗതികേട് അതിലെ അസ്വസ്ഥതകൾ.

പക്ഷേ അവറാച്ചനുണ്ടോ ഇതൊക്കെ വകവച്ചു തരുന്നു. അയാൾ പറയുന്നു. അതിന്റെ സുഖം അസൂയയുണർത്തുന്നതാണെന്ന്. അതാണു സ്വാതന്ത്ര്യമെന്ന്. വിവാഹജീവിതം അടിമത്തവും മത്സരവുമാണെന്ന്. അവറാച്ചൻ പറയുന്നതാവുമോ ശരി? ആവോ ആർക്കറിയാം. എനിക്ക് അനുഭവമില്ലാത്തതിനെക്കുറിച്ച് ഞാനെങ്ങനെയാണ് അഭിപ്രായം പറയുക.

അവറാച്ചന്റെ വീട്ടിൽ നിന്നു ഞാൻ മടങ്ങുക രാത്രി വളരെ വൈകിയാവും. ചില പകലുകളിൽ എനിക്ക് ഓഫീസിൽ പോലും പോവാനാവാറില്ല. രാത്രി വൈകുവോളമുള്ള ഈ പ്രഭാഷണവും ചർച്ചയും കാരണം.

കഥയിൽ കവിഞ്ഞൊരു ഗൗരവം ഈ പ്രശ്നത്തിന്മേൽ നമുക്കൊണ്ടാവണം.

എന്തു പ്രശ്നം? എന്തു ഗൗരവം? അവറാച്ചനെ അവറാച്ചന്റെ പാട്ടിനു വിടുക. അയാളുടെ കാര്യങ്ങൾ അയാൾ തീരുമാനിച്ചുകൊള്ളട്ടെ. നൂറുകൂട്ടം പ്രശ്നങ്ങൾക്കിടയിൽ കിടന്നു ശ്വാസം മുട്ടുമ്പോഴാണു നിങ്ങളുടെ ഒരു അവറാച്ചനും അന്നയും.

ശരി സമ്മതിക്കുന്നു. ജീവിതമെന്നു പറയുന്നതത്ര എളുപ്പമുള്ളതല്ലെന്നറിയാം. പ്രത്യേകിച്ചുമിക്കാലത്ത്, ഒരു സാധാരണക്കാരന്റേത്.

ചതി വഞ്ചന, കുതികാൽവെട്ട്, പാര, പരദൂഷണം ഞാൻ മുന്നേ ഞാൻ മുന്നേയെന്ന ഒടുക്കമില്ലാത്ത പ്രാർത്ഥന. സുഹൃത്തേ എന്നു വിളിക്കുമ്പോഴും ദുഷ്ടാ എന്ന ധ്വനി അകമേ. കഴിയുന്നത്ര ദുഷ്ടനും ക്രൂരനുമായിരിക്കുക. എങ്കിൽ ജീവിതമെത്ര സുന്ദരം, മനോഹരം! അല്ലെങ്കിൽ ഒരുപാട് നിലവിളികളിലേക്കും വേദനകളിലേക്കുമുള്ള ഉണർച്ചയാവുന്നു ജീവിതം; നരകതുല്യം. ഇതൊക്കെയാവുന്നു ഇന്നത്തെ ജീവിതവും ജീവിതക്രമവും.

പക്ഷേ, ഇതൊന്നും എന്നെയോ അവറാച്ചനെയോ തുലോം സ്വാധീനിച്ചിട്ടില്ലാട്ടോ. ഞങ്ങൾ ശുദ്ധർ (അല്ലെങ്കിൽ അശുദ്ധരോ?) സമാനഹൃദയർ.

കാര്യങ്ങൾ ഇങ്ങനെയൊക്കെയാണെങ്കിലും അവറാച്ചന്റെ കാര്യത്തിലൊരു ഐക്യം ആവശ്യമാണ്. കാരണം അവറാച്ചനും നമ്മെപ്പോലെ ജീവിക്കേണ്ടവനാണ്.

അവറാച്ചനെ വീഴ്ത്താനൊരു സൂത്രം. അതാണു സുഹൃത്തേ, എന്റെയും ഇപ്പോഴത്തെ പ്രശ്നം. എന്തുവിലകൊടുത്തും നാമതു നേടിയേ ഒക്കൂ.

അന്നയുടെയും അവറാച്ചന്റെയും അവരുടെ കുഞ്ഞുങ്ങളുടെയും അനാഥമാവുന്ന ജീവിതത്തെ ഓർത്തിട്ടെങ്കിലും....

കണാരന്റെ മരണം

ഒരന്തിനേരത്താണു കണാരൻ കണ്ണടച്ചത്. അയാളുടെ മരണം എന്നെ ഒട്ടും അലോസരപ്പെടുത്തിയില്ല. മരിക്കുന്നവർ ഭാഗ്യവാന്മാർ. അവർക്കു ജീവിച്ചിരിക്കുന്നവരെ പോലുള്ള വേവലാതികളോ ബാദ്ധ്യതകളോ ഒന്നുമില്ലല്ലോ! യുവത്വത്തിൽ നിന്നു വാർദ്ധക്യത്തിലേക്കു പ്രവേശിക്കുന്നതേയുണ്ടായിരുന്നുള്ളൂ കണാരൻ. അപ്പോഴാണു മരണം ക്ഷണിക്കപ്പെടാത്ത അതിഥിയെപ്പോലെ കടന്നുവന്നത്.

വേണ്ടപ്പെട്ടവരെന്നു പറയാൻ ആരുമുണ്ടായിരുന്നില്ല കണാരന്. ആരെങ്കിലും അയാളോടു അച്ഛനെയോ അമ്മയെയോ കുറിച്ചു ചോദിച്ചാൽ അയാൾ പിന്നെ കരയാൻ തുടങ്ങും. നീറുന്ന ഓർമ്മയാണ് അയാൾക്ക് അച്ഛനമ്മമാർ. ഭാര്യ കൃഷ്ണവേണി പോലും അയാളെ ഉപേക്ഷിച്ചുപോയത് ഈയിടെയാണ്. ജീവിതത്തിലെന്നും ഒറ്റപ്പെട്ടു കഴിയാനായിരുന്നു അയാളുടെ വിധി. ഈ വിധിയുടെ നഖപ്പാടുകൾ അയാളുടെ ജീവിതത്തിലൊരിടത്തും കണ്ടെത്താനാവുമായിരുന്നില്ല. പറയത്തക്ക ദുശ്ശീലങ്ങളൊന്നുമുണ്ടായിരുന്നില്ല കണാരന്.

പാചകത്തിൽ കണാരനോളം പോന്ന ഒരാൾ ഞങ്ങളുടെ ദേശത്തു വേറെ ഉണ്ടായിരുന്നില്ല. അതുകൊണ്ട് തന്നെ എവിടെ സദ്യയുണ്ടോ അവിടെ കണാരനുണ്ടാവുമെന്നു തീർച്ച. ഞങ്ങളിൽ ചിലർ കണാരന്റെ ഓർക്കാപ്പുറത്തുണ്ടായ മരണത്തിൽ ഖേദിക്കുന്നുണ്ടെങ്കിൽ അതയാളുടെ ഈ പ്രത്യേകതയൊന്നു കൊണ്ടുമാത്രമാവും.

എന്റെ അയൽക്കാരി കത്രീനയേടത്തിയോടു കണാരന്റെ മരണത്തെക്കുറിച്ചു പറയുകയാണു ഞാനിപ്പോൾ. ഞാനെത്ര പറഞ്ഞിട്ടും അവരത് അവിശ്വസിക്കുകയാണ്. "പുളു പറയാതെ ചെക്കാ. ഞാനിന്നലെ കൂടി കണ്ടതല്ലേ കണാരനെ. എന്നെ കണ്ടാൽ ലോഹ്യം പറയാതെ പോവില്ല

അയാൾ. ജീവിച്ചിരിക്കുന്നവരെയൊക്കെ മരിച്ചെന്നു പറയാൻ ആരാ ചെക്കാ നിന്നോടു പറഞ്ഞത്. എന്താ കണാരനോടു നിനക്കു വല്ല വിരോധവുമുണ്ടോ?"

"കത്രീനയേടത്തി ഇന്നലെ കണ്ടവരൊക്കെ ഇന്നു കാണുമെന്നതിന് എന്താണൊര് ഒറപ്പ്?"

അതിനവർക്ക് ഉത്തരമില്ല. ഈ ഉത്തരമില്ലായ്മയിൽ ഞാനവരെ ഉപേക്ഷിക്കുന്നു.

"കണാരന് എലിപ്പനിയായിരുന്നുവെന്നാ പറഞ്ഞു കേൾക്കണത്.," മൂസക്കുട്ടി മാഷാണ്.

"അല്ല മാഷേ, എലികളോടൊത്തായിരുന്നോ കണാരന്റെ സഹവാസം?" എന്റെ ഈ ചോദ്യം ഉത്തരം അർഹിക്കുന്നില്ലെന്ന മട്ടിൽ വിഷയം മാറ്റുകയാണ് മാഷ്. "മരിച്ചവർ മരിച്ചു. ഇനി അതേക്കുറിച്ചു പറഞ്ഞിട്ടെന്തു കാര്യ"മെന്നു മാഷ്. അതാ ശരിയെന്നു മാഷിന്റെ കൂടെ വന്നയാളും പറഞ്ഞു.

രണ്ട് അറ്റാക്ക് കഴിഞ്ഞു നില്ക്കുകയാണു മാഷ്. ഉദ്യോഗത്തിൽ നിന്നു വിരമിച്ച ശേഷമാണു മാഷിനു രണ്ട് അറ്റാക്കുമുണ്ടായതെന്നതു ഭാഗ്യം. മാഷിന്റെ ജീവനു വിലങ്ങുമായി മരണം തൊട്ടുപിറകെ തന്നെയുണ്ടെന്നു പറഞ്ഞാൽ ആരാ വിശ്വസിക്കുക! മരിച്ചവരെ അവിശ്വസിക്കുന്ന സ്ഥിതിക്കു ജീവിച്ചിരിക്കുന്നവരുടെ കാര്യം പറയാതിരിക്കുകയാവും ഭേദം. ഉറക്കെയൊന്നു ചിരിച്ചു വിഷയത്തിൽ തനിക്കുള്ള കഴിവിൽ സ്വയം അഭിമാനിച്ചുകൊണ്ടു തടിതപ്പുകയാണു മാഷ്.

തിരഞ്ഞെടുപ്പു പ്രവർത്തനങ്ങളുടെ തിരക്കിൽ നിന്നാണു സുശീലൻ വന്നത്. "കണാരനു പനി ഉണ്ടായിരുന്നുവെന്നതു സത്യം. ആ പനിയും കൊണ്ടാ അയാളിന്നലെയും പണിക്കു പോയത്.'

ശേഷം തിരഞ്ഞെടുപ്പു പ്രവർത്തനങ്ങളുടെ തിരക്കുകളിലേക്കു തന്നെ തിരിച്ചുപോവുകയാണു സുശീലൻ. കണാരന്റെ മരണമൊരു കൊലപാതകമാണെന്നൊന്നും സുശീലൻ പറയാതിരുന്നതു ഭാഗ്യം. പറഞ്ഞിരുന്നെങ്കിൽ കണാരന്റെ ആത്മാവ് അവനോടു ക്ഷമിക്കില്ല. കണാരന്റെ പേരിലൊരു ഫണ്ട്. ഫണ്ട് ലക്ഷ്യമാക്കിയൊരു പിരിവ്. ഫണ്ട് ഉദ്ഘാടനത്തിനു ഭരണരംഗവുമായി ബന്ധപ്പെട്ടവരുടെ മഹാസാന്നിദ്ധ്യം. സുശീലൻ വിചാരിച്ചാൽ ഇതൊക്കെ എത്രയെളുപ്പം.

അങ്ങനെ കേവലമൊരു കുശിനിക്കാരൻ മാത്രമായിരുന്ന കണാരൻ വാർത്തകളിൽ. അയാളുടെ മുഖമുള്ള പോസ്റ്ററുകൾ വഴിനീളെ ജീവിച്ചിരുന്ന കണാരനേക്കാൾ പ്രശസ്തനാവുന്നു മരിച്ച കണാരൻ. ഇങ്ങനെയൊരു കീർത്തി ജീവിച്ചിരുന്നപ്പോഴുണ്ടായിരുന്നെങ്കിൽ കണാരൻ മരിക്കില്ലായിരുന്നു.

സുശീലൻ തിരക്കിൽ ഇതൊക്കെ പറയാൻ മറന്നതാവുമോ? ഭാവിയിൽ ഇങ്ങനെയൊരു സാഹസത്തിന് അവൻ സന്നദ്ധനായാൽ പോലും അത്ഭുതപ്പെടേണ്ടതില്ല. ഇതൊക്കെയാണല്ലോ അവനിപ്പോൾ ജീവിതം,

തൊഴിൽ, വരുമാനം. കണാരന്റെ മരണത്തിലാരും അനുശോചിക്കാനില്ലെന്ന അവസ്ഥ. അയാൾ ജീവിതകാലം മുഴുവൻ അനുഭവിച്ച ആ അനാഥാവസ്ഥയുണ്ടല്ലോ അതുതന്നെ അയാൾ മരിച്ചിട്ടും. കണാരന്റെ മരണമല്ല മരണപശ്ചാത്തലമാണ് എല്ലാവർക്കും അറിയേണ്ടത്. കത്രീനയേടത്തിപോലും തന്റെ അഭിപ്രായത്തിലെ അയുക്തികതയെ അറിഞ്ഞമട്ടാണ്. കണാരന്റെ മരണത്തെ ആരും നിഷേധിക്കുന്നില്ലല്ലോ. ഈ കഥാന്ത്യത്തിൽ നമുക്കു പങ്കിടാനാവുന്ന ഏറ്റവും വലിയ ആശ്വാസവും അതുതന്നെ.

അതിഥി

ഇന്നലെയാണ് കുമാരൻ എന്റെ വീട്ടിലൊരു വിരുന്നുകാരനായെത്തുന്നത്. ഞാനും കുടുംബവും ഈ നഗരത്തിലാണുള്ളതെന്ന് അവനെങ്ങനെയറിഞ്ഞു? അതെക്കുറിച്ചൊന്നും ഞാനവനോട് ചോദിച്ചില്ല. അതേക്കുറിച്ചൊന്നും ചോദിക്കേണ്ട അവസരമല്ല അതെന്നും എനിക്കു തോന്നി. പണ്ടേ കാര്യങ്ങൾ ചൂഴ്ന്ന് അറിയുന്നതിൽ വിദഗ്ദ്ധനായിരുന്നല്ലോ അവൻ. പഠിത്തം കഴിഞ്ഞിറങ്ങിയശേഷം ഞാൻ കുമാരനെ കാണുന്നതും ഇപ്പോഴാണല്ലോ. അവനിപ്പോൾ നഗരത്തിലെ വലിയൊരു ബിസിനസ് ശൃംഖലയുടെ അധിപനാണത്രേ. കുമാരാ നീ ഓർക്കാറുണ്ടോ നമ്മുടെ പഴയ കാലമൊക്കെ. ഒരു വലിയ ചിരിയോടെയാണ് അവനെന്റെ ഈ ചോദ്യത്തോടു പ്രതികരിച്ചതുതന്നെ. എന്താണെന്നറിയില്ല. പഴയ ചങ്ങാതിമാരിൽ നിന്നെ മാത്രമാ ഞാനെപ്പോഴും ഓർക്കുന്നത്. അതൊരുപക്ഷേ നമ്മുടെ മനസ്സിന്റെ പൊരുത്തം കൊണ്ടാവും. ഞാൻ ഭാര്യയെ വിളിച്ച് അവനെ പരിചയപ്പെടുത്തി. ഇതെന്റെയൊരു പഴയ ചങ്ങാതിയും സഹപാഠിയുമൊക്കെയായ കുമാരൻ. വിവാഹത്തിനു ക്ഷണിക്കാതിരുന്നതിനെക്കുറിച്ചായി പിന്നെ അവന്റെ ആവലാതികൾ. അതിനവൻ എവിടെയായിരുന്നെന്നൊന്നും എനിക്കിതുവരെ അറിയില്ലായിരുന്നല്ലോ. ഞാനിതേക്കുറിച്ചവനോട് പറയുകയും ചെയ്തു. പഴയ കാലത്തെക്കുറിച്ചുതന്നെയാണ് രാവേറെ ചെല്ലുന്നവരെ അവനെന്നോട് പറഞ്ഞുകൊണ്ടിരുന്നതും. പിന്നെ നഗരത്തിൽ അവനോളം പോന്നൊരു പ്രതാപിയും പ്രശസ്തനുമിപ്പോൾ വേറെ ഇല്ലാത്രേ. ഒരുപാട് ദാരിദ്ര്യമനുഭവിച്ചാണല്ലോ കുമാരൻ വളർന്നത്. അതിനു പകരമായി ദൈവം അവനുകൊടുത്ത നല്ലകാലമാകുമിത്. ഒരു വേനലിനപ്പുറം ഒരു വസന്തമെന്നല്ലേ. രണ്ട് മുറികൾ മാത്രമുള്ള എന്റെ വീട്ടിലെ കിടപ്പുമുറി തന്നെ ഞാനവന് ഉറങ്ങാനായി ഒഴിഞ്ഞുകൊടുത്തു. അപ്പോഴൊക്കെ ഭാര്യ

എന്നോട് ദേഷ്യപ്പെട്ടുകൊണ്ടിരുന്നു. “നിങ്ങൾക്ക് വട്ടാ. അയാളെ വല്ല ലോഡ്ജിലും താമസിപ്പിക്കേണ്ടതിന്...”

ഞാനിപ്പോഴൊക്കെ ഞങ്ങൾ തമ്മിലുള്ള സൗഹൃദത്തെക്കുറിച്ചാണ് അവളോട് പറഞ്ഞുകൊണ്ടിരുന്നത്. അവനെന്റെ മോനെയെടുത്ത് ലാളിക്കുന്നതൊക്കെ കണ്ടപ്പോൾ എനിക്ക് അസൂയയാണ് തോന്നിയത്. എനിക്കെന്റെ മോനെ ഇത്രകണ്ട് ലാളിക്കുവാൻ കഴിഞ്ഞിട്ടില്ലല്ലോയെന്ന് തെല്ലു കുറ്റബോധത്തോടെയാണെങ്കിലും ഞാനോർത്തുപോയി.

അതിരാവിലെയാണ് കുമാരൻ പോയത്. അവൻ പോയതു പോലും ഭാര്യ എന്നെ ഉറക്കത്തിൽ നിന്നുണർത്തി പറയുമ്പോഴാ ഞാനറിയുന്നത്. ഇന്നലെ രാത്രി ഉറങ്ങാൻ പോകുംവരെ അവനിതേക്കുറിച്ചൊന്നും എന്നോട് പറഞ്ഞിരുന്നില്ലല്ലോ. രാത്രി ഒരുപാട് വൈകി ഉറങ്ങാൻ കിടന്നതുകൊണ്ടാകാം ഞാനുമങ്ങ് ഉറങ്ങിപ്പോകുകയായിരുന്നു.

പിന്നെ ഭാര്യ മറ്റൊന്നുകൂടെ പറഞ്ഞു. കിടപ്പുമുറിയിലെ സെയ്ഫിന്റെ വാതിലൊക്കെ തുറന്നുകിടക്കുന്നുവെന്നും അതിൽ വച്ച അവളുടെ ആഭരണങ്ങളൊന്നും കാണുന്നില്ലെന്നും. ഞാൻ മോനെയെടുത്ത് നോക്കുമ്പോൾ അവന്റെ കഴുത്തിൽ കിടന്നിരുന്ന അരഞ്ഞാണവും കാണുന്നില്ലായിരുന്നു. ഞാനപ്പോഴേ പറഞ്ഞതാ അയാളെ ഇവിടെ താമസിപ്പിക്കേണ്ടെന്ന്. പാവം സുമതി. ഞാനവളെ വെറുതെ തെറ്റിദ്ധരിക്കുകയായിരുന്നു. കുമാരൻ വന്നപ്പോൾ അവളുടെ അച്ഛനെ അടുത്ത വീട്ടിലുറങ്ങാനയച്ചതിന്റെ കുറുമ്പ് കൊണ്ടാകും അവളിന്നലെയങ്ങനെയൊക്കെ പറഞ്ഞതെന്നാ ഞാൻ കരുതിയിരുന്നത്. ആരെന്തൊക്കെ പറഞ്ഞാലും വരാനുള്ളത് വഴിയിൽത്തങ്ങില്ലല്ലോ. കുമാനപ്പോഴൊരു കള്ളനായിരുന്നോ.

ഇല്ല എനിക്കതു വിശ്വസിക്കാനാവുന്നില്ല. വിശ്വസിക്കണമല്ലോ. അങ്ങനെയാണല്ലോ സംഭവങ്ങൾ.

അപ്പോൾ അവനിന്നലെ പറഞ്ഞത് ഒന്നിനും കുറവില്ലാത്തൊരു ബിസിനസുകാരനാണ് അവനെന്നൊക്കെയാണല്ലോ. അവന്റെ വേഷവിധാനവും ഇടപെടലുമൊക്കെ അങ്ങനെതന്നെയായിരുന്നല്ലോ. അതുകൊണ്ടങ്ങനെയൊരു സംശയം തോന്നിയില്ല. അല്ലെങ്കിലും സ്വന്തം ചങ്ങാതിയെ കള്ളനായിട്ടൊക്കെ ആർക്കാ സങ്കല്പിക്കാനാവുക. എന്റെ ജീവിതത്തിലാകെയുണ്ടായിരുന്ന സമ്പാദ്യമാ കുമാരൻ കൊണ്ടുപോയിരിക്കുന്നത്. ഇനിയീ ജന്മം എനിക്കീ നഷ്ടപ്പെട്ടതൊക്കെ ഉണ്ടാക്കിക്കുവാൻ കഴിയുമോ. ഇല്ല. കുമാരനും അറിയാവുന്നതാണല്ലോ. ഇന്നലെ രാത്രിയിലെ സംസാരത്തിനിടയിൽ അതൊക്കെ അവന് ബോദ്ധ്യമായതുമാണല്ലോ. എന്നിട്ടാ...

അതുകൊണ്ട് കുമാരാ നീയെടുത്തതൊക്കെ തിരിച്ചു തരണം. അതിൽ കുറ്റബോധമൊന്നും തോന്നേണ്ടതില്ല. ഒരു തെറ്റാർക്കും സംഭവിക്കാം. ഞാനിതേക്കുറിച്ചൊന്നും ആരോടുമൊന്നും പറയാനില്ല. ഇപ്പോൾ ഭാര്യ എന്നെ പൊലീസ് സ്റ്റേഷനിലേക്ക് അയച്ചിരിക്കുവാ. കുമാരന്റെ പേരിൽ പരാതിപ്പെടുവാൻ. പക്ഷേ, എനിക്ക് മനസ്സ് വരുന്നില്ല. സ്വന്തം ചങ്ങാതിയെക്കുറിച്ച്....

കുമാരാ നീയിതുകൊണ്ട് നന്നാകാനൊന്നും പോണില്ല. അങ്ങനെ വല്ലതും തോന്നുന്നുണ്ടെങ്കിൽ അത് നിന്റെ വ്യാമോഹം മാത്രമാകും. ഇതു മൂലമുള്ള കുറ്റബോധത്തിൽനിന്ന് നിനക്കീ ജന്മം രക്ഷയില്ലെന്നും നീ അറിയണം.

ഇനി കുമാരൻ തന്നെയാകുമോ ഇതൊക്കെ ചെയ്തിരിക്കുകയെന്നും ആർക്കറിയാം.

അനാഥമായ വീട്

ഒരു ദിവസം രാവിലെയാണ് അച്ഛൻ കണ്ണടച്ചത്.

അന്നേരം അമ്മ വീടിന്റെ ഉമ്മറത്തിരുന്ന് പത്രം വായിക്കുകയായിരുന്നു. ചരമപ്പേജാകും അമ്മ പത്രത്തിലാദ്യം വായിക്കുക. ചരമപ്പേജിൽ കാണുന്ന ചെറുപ്പക്കാരുടെ ഫോട്ടോയിലേക്കും പ്രായത്തിലേക്കും നോക്കി അമ്മ കുറേനേരമങ്ങനെ ഇരിക്കും. അപ്പോൾ അമ്മയുടെ കണ്ണുകൾ നിറഞ്ഞിരിക്കും.

ഒരു പരിചയവുമില്ലാത്തവരുടെ മരണങ്ങളിൽ അമ്മയിങ്ങനെ വ്യസനിക്കുന്നത് എന്തിനാകുമെന്ന് ആലോചിച്ചിട്ടുണ്ട്.

അപ്പോഴൊക്കെ അമ്മ പറയുക: "ഹരീ അവരും മനുഷ്യരല്ലേ? അവരില്ലാത്ത വീട്ടിലെ അവസ്ഥയൊന്ന് ഓർത്തു നോക്കിക്കേ. എന്തൊക്കെ ആശകളും പ്രതീക്ഷകളുമാകും വീട്ടുകാർക്ക് അവരെക്കുറിച്ച് ഉണ്ടായിരുന്നിരിക്കുക. അതൊക്കെ..."

പിന്നെ അമ്മ സങ്കടങ്ങളുടെ ആഴങ്ങളിലേക്ക് പിടിവിട്ടുപോകും.

ഏട്ടന്റെ നിലവിളിയാണ് അച്ഛന്റെ മുറിയിൽ നിന്നാദ്യം കേട്ടത്.

ഏട്ടനെ അച്ഛന് ഇഷ്ടമായിരുന്നില്ല. മൂത്ത മകനെങ്കിലും ഒന്നിലുമൊരു ഉത്തരവാദിത്വവുമുണ്ടായിരുന്നില്ല ഏട്ടന്. കെട്ടിടം പണിയായിരുന്നു ഏട്ടന്.

അതിരാവിലെ വീട്ടിൽ നിന്നിറങ്ങുന്ന ഏട്ടൻ രാത്രി ഒരുപാട് വൈകിയാവും തിരിച്ചെത്തുക. ആരോടും ഉള്ളുതുറക്കില്ല ഏട്ടൻ. പ്രായവും കുറേയായി. ആലോചനകൾ നടക്കുന്നുണ്ടെങ്കിലും വിവാഹമൊന്നും ഇതുവരെ തരമായിട്ടില്ല ഏട്ടന്. ആരുടെയും മുഖത്ത് നോക്കാതെ തലയും താഴ്ത്തി ധൃതിപ്പെട്ടാകും ഏട്ടൻ നടക്കുക...

ഏട്ടനങ്ങനെ നടക്കുന്നതുകൊണ്ട് പരിസരവാസികൾക്കൊന്നും ഏട്ടനെ ഇഷ്ടമായിരുന്നില്ല.

രണ്ട് ചേച്ചിമാരുണ്ടായതിനെ അച്ഛൻ തന്നെ വിവാഹം ചെയ്ത് അയച്ചത് ഭാഗ്യമായി. അല്ലെങ്കിൽ അവരുടെ ഭാവി? സ്വന്തമായൊരു വീടുണ്ടായതും...

മരിക്കുംമുമ്പ് അച്ഛന്റെ ശരീരം മുഴുവൻ തളർന്നിരുന്നു. ആരെയും ആശ്രയിക്കുന്നത് അച്ഛന് ഇഷ്ടമായിരുന്നില്ല. എന്നിട്ടും അവസാനകാലത്ത് അച്ഛൻ എല്ലാവരെയും ആശ്രയിച്ചു.

അച്ഛനെന്തൊക്കെയോ പറയാൻ ശ്രമിച്ചിരുന്നെങ്കിലും അച്ഛനൊന്നും പറയാനായില്ല. അതിനുമുമ്പ് വലതുകൈ ഉയർത്തി ആംഗ്യഭാഷയിൽ അച്ഛനെന്തെങ്കിലുമൊക്കെ പറയുമായിരുന്നു. പിന്നെ ആ കൈയ്ക്കും സ്വാധീനമില്ലാതായി.

ആശുപത്രികളായ ആശുപത്രികളിലൊക്കെ അച്ഛനെ കാണിച്ചിരുന്നതാണ്. ആയുർവ്വേദവും അലോപ്പതിയും പരീക്ഷിച്ചു. പക്ഷേ, എല്ലാവരും കൈയൊഴിയുകയായിരുന്നു.

കിടപ്പുമുറിയുടെ മച്ചിൽ കണ്ണുകളെ ഉറപ്പിച്ച് നിർത്തി ശരീരം അനങ്ങാതെയുള്ള അച്ഛന്റെ കിടപ്പ് കണ്ടാൽ സഹിക്കില്ല.

എന്തിനാണിങ്ങനെ കിടന്നിട്ട്?

അച്ഛനെ ദൈവത്തിനങ്ങോട്ട് വിളിച്ചൂടേ എന്നാലോചിച്ച് പോയിട്ടുണ്ട് അച്ഛന്റെ ഈ കിടപ്പു കാണുമ്പോഴൊക്കെ..

അച്ഛന്റെ മരണശേഷം അമ്മ പറഞ്ഞ് കരഞ്ഞിരുന്നതും അച്ഛനൊന്നും പറയാതെ പോയില്ലേ എന്നാണ്.

“അമ്മു...” എന്ന് അച്ഛൻ അമ്മയെ വിളിച്ചിരുന്നതും എത്ര ഹൃദ്യമായാണ്. ഇനിയാ വിളിയുടെ അനാഥത്വം.

കൊട്ടാനും പാടാനും ചിത്രം വരയ്ക്കാനുമൊക്കെ തനിക്ക് താല്പര്യമുണ്ടായിരുന്നു. അതൊന്നും ഇവിടെ വേണ്ടെന്ന നിലപാടായിരുന്നു ഏട്ടന്. അതുകൊണ്ടാണതൊക്കെ മറന്നിട്ടിപ്പോളൊരു കടയിൽ പോകുന്നത്. രാവിലെ കടയിൽ കയറിയാൽ പിന്നെ രാത്രിയാകും ഇറങ്ങുക. മാസന്തോറും കിട്ടുന്നതൊന്നിനും തികയില്ല. ഒരു ജോലി വേണ്ടേ എന്നോർത്ത് പിടിച്ചു നില്ക്കുന്നു.

കിടപ്പിലാകും മുമ്പ് നടക്കാൻ നന്നെ ബുദ്ധിമുട്ടിയിരുന്നെങ്കിലും വീട്ടിലിരുന്ന് മുഷിയേണ്ടെന്ന് കരുതി അച്ഛൻ കടയിൽപ്പോകും. ഓട്ടോയ്ക്കാവും പോക്കും വരവും. സന്ധ്യയായാൽ അമ്മ നിരത്തിൽ അച്ഛനെ കാത്തു നില്ക്കും.

വീടിനടുത്തുള്ള കുട്ടികൾക്കൊക്കെ കൈയിലുള്ള പലഹാരപ്പൊതി അഴിച്ച് വീതം വെച്ചാകും അച്ഛൻ എത്തുക. അച്ഛനിതൊക്കെ വലിയ ആനന്ദമുള്ള കാര്യമാണ്. ഉള്ളത് എല്ലാവർക്കും പങ്കുവെച്ച് ജീവിക്കാനായിരുന്നു അച്ഛന് താല്പര്യം.

പരിസരവാസികളോടൊക്കെ അച്ഛൻ കാർന്നോരെപ്പോലെ വിശേഷങ്ങൾ ആരായും. തന്റെ ഹൃദയത്തിൽ നന്മ മാത്രമേയുള്ളുവെന്ന അർത്ഥത്തിൽ ചിരിക്കും.

പക്ഷേ, അച്ഛനെപ്പോഴും സംശയമായിരുന്നു. കടയിൽനിന്നും ആളുകൾ വാങ്ങിക്കൊണ്ടുപോകുന്നതൊക്കെ അധികമാകുന്നുണ്ടോയെന്ന സംശയം. ഈ സംശയം അച്ഛന്റെ വിധിയായിരുന്നു.

അച്ഛന്റെ ശുദ്ധതയിൽ ആളുകൾക്ക് സംശയമില്ലാതിരുന്നതുകൊണ്ട് കടയിൽ കച്ചവടത്തിന് കുറവുണ്ടായിരുന്നില്ല.

മൂത്തമകനിൽ വേണ്ടത്ര പ്രതീക്ഷയും വിശ്വാസവുമില്ലാതിരുന്നത് കൊണ്ടാവാം ഇളയ മകനായ തന്നോടാണ് അച്ഛൻ തന്റെ വ്യസനങ്ങളും ആഹ്ലാദങ്ങളുമൊക്കെ പങ്കുവെച്ചിരുന്നത്.

അച്ഛന് വേറെയും ഭാര്യയും മക്കളുമുണ്ടെന്നാണ് ആളുകൾ പറയുന്നത്.

താനിതൊക്കെ അമ്മയോടൊരുകുറി പറഞ്ഞപ്പോൾ അമ്മ പറഞ്ഞത് "അച്ഛന് നമ്മളെപ്പോലെ മറ്റാരെയാ ഹരീ സ്നേഹിക്കാനാവുക" എന്നാണ്.

ശരിയാണ്. അച്ഛൻ ഞങ്ങൾക്ക് തരുന്ന സ്നേഹം പോലെ മറ്റാർക്കാ അച്ഛനാ സ്നേഹം നല്കാനാവുക?

ഇനി അച്ഛനില്ലാത്ത വീട്..

മുറിയുടെ ജനലിലൂടെ അയൽവീട്ടിലെ മാവ് കാണാം. മാവിൻ ശിഖരങ്ങളിൽ കാക്കകൾ നിരന്നിരുന്ന് കരയുന്നുണ്ട്.

കാക്കകളുടെ കരച്ചിലിലേക്ക് മനസ്സുകൊടുക്കുമ്പോൾ താനും വല്ലാതെ വിതുമ്പിപ്പോകുന്നു. അപ്പോൾ മുറിയിലേക്ക് വന്ന ചേച്ചിയും താൻ കരയുന്നത് കണ്ട് കരയുകയായിരുന്നു.

സ്വസ്ഥതകളില്ലാതെ

അന്നയേടത്തി ഞങ്ങളുടെ വീട്ടിൽ വരുന്നത് അച്ഛന് തീരെ ഇഷ്ടമായിരുന്നില്ല. അവരെ കാണുമ്പോഴേ അച്ഛൻ അനിഷ്ടത്തിന്റെ മുഖം കാട്ടുവാൻ തുടങ്ങും.

അച്ഛനങ്ങനെയാണ്. ഒന്നും ഉള്ളിലടക്കുവാൻ അറിയില്ല. ഇതൊക്കെ തന്നെയാകുമോ അച്ഛന്റെ പരാജയവും.

പക്ഷേ, അമ്മ അങ്ങനെയല്ല. അന്നയേടത്തിയെ കാണുമ്പോഴേ അവരുടെ വിശേഷങ്ങളുടെ അനാർഭാടതയിലേക്ക് അമ്മ ഒരായിരം നാവുമായി കടന്നുകൂടും.

“എനിക്കെന്ത് വിശേഷം അമ്മേ!”

തെളിച്ചമില്ലാത്ത ഒരു ചിരിയോടെ അന്നേരം അന്നയേടത്തി ചോദിക്കും.

പിന്നെ മകന്റെ ഭ്രാന്തിനിപ്പോഴും ഭേദമൊന്നുമില്ലെന്നും കഴിഞ്ഞ ദിവസം കൂടെ അവൻ വീട് വിട്ടുപോയെന്നും അവർ പറയും.

പാവം അന്നയേടത്തി.

ഒരേയൊരു മകൻ.

പക്ഷേ, അവനിപ്പോഴും അബോധത്തിന്റെ തടവിലാണുള്ളത്.

ആശയോടെ വളർത്തിയത് ആശയറ്റതുപോലെ.

ഒക്കെ ഉടയതമ്പുരാൻ വിധിക്കുന്നതല്ലേ അനുഭവിക്കാതൊക്കുമോ.

മദ്ധ്യാഹ്നവെയിലിലെ കൊടുംചൂടിൽനിന്ന് ശരീരമാകെ വിയർത്തൊലിച്ചാകും അന്നയേടത്തി മിക്കവാറും ഞങ്ങളുടെ വീട്ടിലേക്ക് വരിക.

ഞങ്ങളുടെ വീട്ടിൽ നിന്ന് തന്നെയാകും അവർ അവരുടെ പട്ടിണിയും പങ്കപ്പാടുമൊക്കെ പറഞ്ഞുകൊണ്ട് മറ്റുവീടുകളിലേക്ക് പോകുക.

സങ്കടങ്ങളിൽ നനയാത്ത അന്നയേടത്തി...

അതെന്റെയും അമ്മയുടെയുമൊക്കെ സാക്ഷാൽക്കരിക്കാത്ത കിനാവാണ്.

ദൈവം അവർക്ക് ഇങ്ങനെയൊരു ജന്മമാകും നിശ്ചയിച്ചിട്ടുണ്ടാകുക.

ഉച്ചയ്ക്കലത്തെ ഊണിനുശേഷം അമ്മയ്ക്കും അച്ഛനുമൊക്കെ ഒരു സുഖനിദ്ര പതിവുണ്ട്. ഈ സമയം ഞാനെന്റെ മുറിയിലൊരു സിഗരറ്റുമായി...

ഇങ്ങനെയൊരു സമയത്താണ് അന്നയേടത്തി എന്റെ മുറിയിലേക്ക് കടന്നുവന്നത്.

ഞാൻ വലിച്ചുകൊണ്ടിരുന്ന സിഗരറ്റ് മുറിയിലെ വലിയ ജനാലയിലൂടെ വല്ലാത്തൊരു നിരാശയോടെ പുറത്തേക്ക് എറിഞ്ഞിട്ട് അന്നയേടത്തിയെ അഭിമുഖീകരിക്കാൻ തയ്യാറായി.

ഈ ക്രിയ പിന്നീടെന്നെ എത്രയോ കുറി വിസ്മയപ്പെടുത്തിയിരിക്കുന്നു. ഞാനെന്തിന് അന്നയേടത്തിയെ ബഹുമാനിക്കണം. അവരെന്റെ വീട്ടിലെ ഭൃത്യ മാത്രമല്ലേ?

ചിലപ്പോഴൊക്കെ അനിഷ്ടമുള്ളവരെയും ബഹുമാനിച്ചുപോകും.

"ഉണ്ണീ... ഉണ്ണീ കരുതുന്നുണ്ടോ ഞാൻ ഉണ്ണീടെ അച്ഛൻ പറയുംപോലെയൊക്കെയാണെന്ന്."

ഞാൻ ആണെന്നോ അല്ലെന്നോ മറുപടി പറഞ്ഞില്ല.

അന്നയേടത്തി പറയുന്ന കാലത്തൊന്നും ഞാൻ ജീവിച്ചിരുന്നിട്ടില്ല. പിന്നെ ഒരച്ഛനെ മകൻ എത്രത്തോളം അവിശ്വസിക്കാമെന്നും എനിക്കറിയില്ല.

അതുകൊണ്ടുതന്നെ നിസ്സഹായനായി ഒരുതരം നിർബ്ബന്ധതയോടെ ഞാനവരെ കേൾക്കുകയായിരുന്നു.

പിന്നെ അവർക്ക് തന്നെ എന്റെ കേൾവികളിൽ അതൃപ്തയെന്നമട്ടിൽ മുറിവിട്ടു പോകുകയായിരുന്നു.

മഴ തോരാതെ പെയ്തുകൊണ്ടിരുന്ന ഒരു മദ്ധ്യാഹ്നം.

അമ്മയ്ക്കുള്ള അപ്പുവൈദ്യരുടെ മരുന്നുമായി വീടിന്റെ പടി കയറി വരികയായിരുന്നു അച്ഛൻ. അന്നേരമാണ് അമ്മ നടുവകത്ത് കുഴഞ്ഞുവീണത്. പിന്നെ അമ്മ ഉണർന്നില്ല. ഉണർച്ചകളില്ലാത്ത ലോകത്തേക്ക് അമ്മ പോയി.

"ഉണ്ണീ... അമ്മ."

അച്ഛനന്ന് ജീവിതത്തിലാദ്യമായി എന്നെ കെട്ടിപ്പിടിച്ച് കരഞ്ഞു.

അന്നും അന്നയേടത്തി വന്നത് വിയർത്തുകുളിച്ചമാതിരി മഴയുടെ നനവുകൾ ശരീരത്തിൽ ശേഷിപ്പിച്ചുകൊണ്ടാണ്. സ്വന്തം അമ്മ മരിച്ചപോലെയാണന്നവർ കരഞ്ഞതും.

അമ്മയുടെ മരണശേഷം അച്ഛന് സംസാരം മറന്ന ഒരാളെപ്പോലെയായി. എന്തിനാ ഞാനിനി ജീവിക്കുന്നതെന്നാ അച്ഛൻ എല്ലാവരോടും ചോദിക്കുക.

അന്നയേടത്തിയും വീട്ടിൽ വരുന്നത് അപൂർവ്വമായി.

അതുകൊണ്ട് തന്നെ അവരുടെ വിശേഷങ്ങളും അറിയാതെ പോയി.

പിന്നെയാരോ പറഞ്ഞ് ഞാനറിഞ്ഞു അവരുടെ ഭ്രാന്ത് പിടിച്ച മകൻ വീണ്ടും വീടു വിട്ടുപോയെന്ന്. അന്വേഷണങ്ങളൊത്തിരി നടന്നെങ്കിലും അവനെ കണ്ടെത്താനായില്ലെന്ന്. മകന്റെ അനാഥത്വത്തിൽ വെന്ത് അന്ന യേടത്തിയും ഭ്രാന്തായെന്ന്.

ഭ്രാന്ത് പിടിച്ച അന്നയേടത്തിയെ കാണാനൊന്നും ഞാൻ പോയില്ല. ഞാനെന്തിന് പോകണം. അവരെന്റെ ആര്?

അച്ഛൻ മരിച്ചപ്പോഴൊന്നും അന്നയേടത്തി വന്നില്ല. വരാതിരുന്നത് മനപൂർവ്വമാകാം. അന്നവർക്ക് ഭ്രാന്തൊന്നുമില്ലായിരുന്നല്ലോ.

ഓരോരോ സമസ്യകൾ.

ഒരു ജന്മം മുഴുവൻ ആലോചിച്ചാലും തീരാത്ത അത്ര സന്ദേഹങ്ങൾ.

സ്വസ്ഥതകളുടേതല്ലാത്ത ഒരു ലോകത്തേക്കു തന്നെ ഞാൻ വീണ്ടും തിരിച്ചെത്തുന്നു.

പുറത്തെ വെയിലിലേക്ക് നോക്കി ആരും വരില്ലെന്നറിഞ്ഞിട്ടും ആരെയോ പ്രതീക്ഷിക്കും പോലെ ഞാൻ വീടിന് ഇറയത്ത് ഇരുന്നു.

ഒഴിവുകാലം

"**ഇ**ന്ന് പോവണ്ട പപ്പാ." എന്ന് പറഞ്ഞു കരയുകയായിരുന്നു കുട്ടി. പിന്നെ പപ്പയ്ക്ക് മുന്നിൽ നിന്നവൾ വഴിമുടക്കി. അന്നേരം അവളുടെ മമ്മി പപ്പയ്ക്ക് പിന്നിൽ വന്നുനിന്ന് അവളോടു കണ്ണുരുട്ടി. അവരെപ്പോഴും കുട്ടിയെ ഭയപ്പെടുത്തുകയേയുള്ളൂ. അതുകൊണ്ടുതന്നെ കുട്ടിയുടെ ഇഷ്ട ങ്ങളിൽ മമ്മിയില്ല.

"മോളെ പപ്പക്കിന്ന് ഓഫീസിൽ ഒരുപാട് ജോലിയുള്ളതാ. ജോലി യൊക്കെ തീർത്തു പപ്പ നേരത്തെ എത്താം."

അവധിക്കാലമാണ്. കുട്ടിയുടെ കളിയിലും ചിരിയിലുമൊക്കെ കൂട്ടു പോവാൻ അവൾക്കു പപ്പയെ വേണം. മമ്മിക്ക് അങ്ങനെയൊരു മനസ്സേ യില്ല. മമ്മിയുമായി കുട്ടിക്കെപ്പോഴുമൊരു അകല്ച്ചയുണ്ട്. ഗൗരവത്തി ന്റെയും ഭയത്തിന്റെയും.

കുട്ടി ചിലപ്പോഴൊക്കെ അവളുടെ നഴ്സറിക്ലാസിലെ മിസ്സിനെ വീട്ടിൽ അനുകരിക്കും. പപ്പയുടെ സാന്നിദ്ധ്യത്തിലാവും അനുകരണം. അപ്പോൾ പപ്പയും ഒഴിഞ്ഞ കസേരകളുമാവും വിദ്യാർത്ഥികൾ.

കുട്ടിയുടെ അനുകരണമൊക്കെ കണ്ട പപ്പ ഉച്ചത്തിൽ ചിരിക്കുമ്പോൾ കുട്ടി 'സൈലൻസ് പ്ലീസ്' പറയും.

ബൈക്ക് സ്റ്റാർട്ട് ചെയ്തു നിരത്തിലേക്ക് ഇറങ്ങുമ്പോഴും കുട്ടി കര ച്ചിലടക്കിയിരുന്നില്ല.

ഉച്ചനേരത്താണു വെളുത്തു ചുവന്ന ഒറ്റ മേൽക്കണ്ണുള്ള വണ്ടി വീട്ടു മുറ്റത്തു വന്നുനിന്നത്. കുട്ടി കൗതുകം നിഴലിക്കുന്ന കണ്ണുകളോടെ ആ വണ്ടിയെ നോക്കുമ്പോൾ വണ്ടിയുടെ പിൻവാതിൽ തുറന്നു കുറച്ചാളു കൾ പപ്പയെ എടുത്തുകൊണ്ടുവന്നു വീടിനകമെ കിടത്തി.

പപ്പ കണ്ണടച്ചു കിടക്കുകയാണ്.

ചുറ്റും കൂടിനിന്നവരൊക്കെ കരയുകയാണ്. പാവം പപ്പ ഉറങ്ങുകയല്ലേ? കുട്ടി പപ്പയെ കുറെ വിളിച്ചു. പക്ഷേ, പപ്പ കണ്ണുതുറന്നില്ല. ഇന്നലെ രാത്രിയിലെ ഉറക്കം ശരിയാവാത്തതു കൊണ്ടാവും പപ്പ ഇങ്ങനെ ഉറങ്ങുന്നതെന്നു കുട്ടി ധരിച്ചു.

വീട്ടുമുറ്റത്തു നീല പ്ലാസ്റ്റിക് താർപ്പായകൊണ്ടുള്ള പന്തലുയർന്നു. പന്തലിനു കീഴെ കസേരകൾ നിരന്നു. കസേരയിൽ ആളുകൾ ഇരിക്കുന്നു.

ആളുകളിൽ ചിലർ കുട്ടിയെ അടുത്തുവിളിച്ചു സ്നേഹത്തോടെ അവളുടെ തലമുടിയിലും പുറത്തും തലോടി. കുട്ടി നിശ്ശബ്ദം അവരുടെ സ്നേഹപ്രകടനങ്ങൾക്കു നിന്നുകൊടുത്തു.

വൈകുന്നേരമായപ്പോഴേക്കും ആളുകൾ ഉറങ്ങുന്ന പപ്പയേയും ചുമന്നുപോവുന്നതു കണ്ടു കുട്ടിക്കു സങ്കടം സഹിക്കാനായില്ല.

"പപ്പാ... പപ്പാ..."

കുട്ടി സങ്കടങ്ങളിൽ നനഞ്ഞു വിളിച്ചു.

പക്ഷേ, ആളുകൾ കുട്ടിയുടെ ഈ വിളിയെയോ സങ്കടത്തെയോ ഗൗനിച്ചില്ല. തന്റെ പപ്പയെ എങ്ങോട്ടേക്കാവും കൊണ്ടുപോവുന്നതെന്നും കുട്ടി ചിന്തിച്ചു.

മമ്മി കുട്ടിക്കു പപ്പയുടെ തകർന്ന ബൈക്കിന്റെയും കണ്ടെയ്നറിന്റെയും നിറചിത്രം പത്രത്തിൽ കാട്ടിക്കൊടുത്തെങ്കിലും കുട്ടി അതൊന്നും വിശ്വസിച്ചതേയില്ല.

കുട്ടിക്കറിയാം തന്നെ തനിച്ചാക്കി പപ്പ എങ്ങോട്ടും പോവില്ലെന്ന്.

ഗെയ്റ്റിന് അപ്പുറത്തെ വാഹന ബഹളങ്ങളിലേക്കു കാതുകൊടുത്തു കുട്ടി കാത്തിരിക്കുകയാണ് പപ്പ വരാൻ....

കുട്ടി കാണുന്ന കിനാവിലൊക്കെയും പപ്പ പറയുന്നതു തിരികെ വരാമെന്നു തന്നെയാണ്.

കുടുംബകം

ഇക്കുറി വെക്കേഷൻ ചെലവഴിക്കുവാൻ നാൻസി പോയത് അവളുടെ ചേട്ടത്തിയുടെ വീട്ടിലേക്കാണ്.

അവളിങ്ങനെ പോകുമ്പോൾ അരുതാത്ത ഏതോ ചിന്തകളിലായിരുന്നു അവളുടെ ഭർത്താവായ ജെയിംസ് ജോസഫ്.,

അയാളിങ്ങനെയൊക്കെ ചിന്തിക്കുവാൻ നിർബ്ബന്ധിതനാകുകയായിരുന്നു എന്നതല്ലേ ശരി.

സത്യത്തിൽ അയാൾ ചിന്തിക്കുമ്പോലെയൊക്കെയായിരുന്നോ നാൻസി?

ഈ ജന്മത്തിലെന്നല്ല അടുത്ത ജന്മത്തിലും അയാൾ ഭാര്യയായി സ്വീകരിക്കുക നാൻസിയെയാകും. അത്രയ്ക്കിഷ്ടമാ അയാൾക്ക് നാൻസിയോട്.

രോഗങ്ങളുടേയും ദുരിതങ്ങളുടേയും തുടർച്ചകളിൽ ഓർക്കാപ്പുറത്തൊരു വേർപാടാകും തന്റേതെന്ന് നാൻസി അയാളെ ഓർമ്മപ്പെടുത്തുമ്പോഴൊക്കെ കണ്ണും മനസ്സും നിറഞ്ഞ് കരയുകയാകും ജെയിംസ്.

നാൻസിക്ക് അഞ്ച് സഹോദരിമാരാണ്. രണ്ട് പൊന്നാങ്ങളമാരും.

ജെയിംസ് തന്റെ കുടുംബത്തെ വിശേഷമോർത്തു. പരസ്പര പൂരകമല്ലാത്ത പദപ്രശ്നങ്ങളോ ഭൂഖണ്ഡങ്ങളോ മാതിരി നാല് സഹോദരിമാർ. രണ്ട് സഹോദരന്മാർ. സ്വൈരക്കേടിന്റെ നിത്യഭ്രാന്തുമായി അമ്മയും. പോരേ പൂരം.

ഒരു ഉച്ചനേരത്താണ് അയാൾ ഓഫീസിൽ നിന്ന് ചേട്ടത്തിയുടെ വീട്ടിലേക്ക് നാൻസിയെ ഫോണിൽ വിളിക്കുന്നത്.

ഫോണെടുത്തത് ചേട്ടത്തിയുടെ ഭർത്താവാണ്. പിന്നെ റിസീവറിനപ്പുറം നാൻസി...

അവളുടെ സ്വരത്തിൽ മുൻപെങ്ങുമില്ലാത്ത ഒരുതരം സംഭ്രമം അയാൾക്ക് പിടികൊടുക്കുന്നത്ര വ്യക്തതയിൽ...

"മോനോ..."

"അവൻ പുറത്തു കളിക്കുന്നു."

"ചേട്ടത്തിയോ?"

"കിടക്കുന്നു."

ചേട്ടത്തിയുടെ ഭർത്താവും നാൻസിയും. എന്തൊക്കെയോ ആഭാസങ്ങളാണ് മനസ്സ് സങ്കല്പിച്ചെടുക്കുന്നത്.

ചേട്ടത്തിയുടെ ഭർത്താവ് തന്നേക്കാൾ മാന്യനാണ്. സൗമ്യനാണ്. സ്നേഹപരമല്ലാത്തതൊന്നും അയാളിൽ നിന്ന് പ്രതീക്ഷിക്കേണ്ടതില്ല എന്നിട്ടും...

ഇന്നലെ ചേട്ടത്തിയുടെ വീട്ടിലാണ് അയാൾ ഉറങ്ങിയത്. ചേട്ടത്തിയും ഭർത്താവും രണ്ടാൺമക്കളും സ്നേഹത്തിന്റെ ആൾരൂപങ്ങളായി അയാൾക്കു ചുറ്റും. ആ വീട്ടിലെന്നും സ്നേഹത്തിന്റെ ഉത്സവമാണ്.

നാൻസി പറയുന്നു. "ശരീരമൊക്കെ വല്ലാണ്ട് വേദനിക്കുന്നു." അന്നേരവും അശാന്തമാർന്ന ചിന്തകളിലാകും അയാൾ. നാൻസി ഇന്ന് അയാളുടെ അടുത്തേക്കു വരും. അന്നേരം സംശയത്തിന്റെ വാതിലുകളൊക്കെ അവൾക്ക് മുമ്പാകെ തുറന്നാലോ?

വേണ്ട. അബദ്ധമാകുമത്. എന്നാലുമൊരു കഥാകാരന്റെ വിധിയേ.

അയാൾക്ക് ജീവിതത്തെ നേർപ്പടി എഴുതാനാകില്ലല്ലോ. അങ്ങനെ എഴുതിയാലത് കഥയുമാകില്ല.

ജെയിംസ് എഴുതുന്നതൊക്കെ നാൻസി വായിക്കാറുള്ളതാണ്. പക്ഷേ, ഈ കഥ അവളെങ്ങനെയാകും വായിക്കുക.

പൂച്ച

പൂച്ച അയാൾക്ക് പ്രിയപ്പെട്ടതായിരുന്നു. അയാളുടെ ആത്മാവിനോളം തന്നെ. ജീവിതത്തിന്റെ ആദ്യങ്ങളിലെല്ലാം പൂച്ചയെ അയാൾക്ക് ഭയമായിരുന്നു. പൂച്ചയുടെ തിളങ്ങുന്ന കണ്ണുകൾ സ്വപ്നം കണ്ട് അയാളെത്രയോ രാത്രി ഉറങ്ങാതെയിരുന്നിരിക്കുന്നു.

നഗരബഹളങ്ങളിൽ നിന്നൊക്കെ ഒഴിഞ്ഞ് ഭാർഗ്ഗവീനിലയം പോലെയായ ഈ താവളത്തിൽ എത്തിയതോടെയാണ് പൂച്ച അയാൾക്ക് പ്രിയപ്പെട്ടതായത്.

മഴയിൽ നനഞ്ഞൊരു സന്ധ്യയിലാണ് അയാളാ പൂച്ചയെ ആദ്യമായ് കണ്ടത്. നനഞ്ഞ രോമങ്ങളോടും നേർത്ത കാലുകളോടും ശോഷിച്ച ശരീരത്തോടും കൂടി കണ്ണുകളിലാകട്ടെ നിറഞ്ഞ നിസ്സഹായതയാണുണ്ടായിരുന്നത്.

പൂച്ച ഒരഭയത്തിനോ രക്ഷകനോ വേണ്ടി കരഞ്ഞുകൊണ്ടിരുന്നു.

അയാളിലെ സഹതാപമുണർന്നു. അയാൾ പൂച്ചയ്ക്ക് അഭയവും രക്ഷകനുമായി. വിറയ്ക്കുന്ന കൈകളോടെ അയാൾ പൂച്ചയെ എടുത്തു. ജീവിതത്തിലാദ്യമായി.

കൈമളെന്ന പാചകക്കാരനെ വിളിച്ച് പൂച്ചയ്ക്കല്പം ചൂട് പകരാൻ പറഞ്ഞു. കൈമൾ പൂച്ചയുമായ് അയാളുടെ ലോകത്തേക്ക് വലിഞ്ഞു. കൈമൾ പൂച്ചയുമായ് വീണ്ടും അവതരിക്കുമ്പോൾ പൂച്ച കരച്ചിലുപേക്ഷിച്ചിരുന്നു.

രാവിലെ വാങ്ങിയിരുന്ന പാലിന്റെ ബാക്കി ഒരു കിണ്ണത്തിൽ പകർന്ന് അയാൾ പൂച്ചയ്ക്ക് നല്കി. അപ്പോൾ അതിന്റെ മുഖം നിറയെ കാണാനായ സംതൃപ്തി...

സന്ധ്യകളിൽ പ്രതീക്ഷകളുടെ തിളക്കവുമായ് പൂച്ച നിരത്തിലേക്ക് നോക്കിയിരിക്കും. ഏത് തിരക്കിനിടയിലും തന്റെ രക്ഷകനെ തിരിച്ചറിയുവാൻ പൂച്ചയ്ക്ക് കഴിഞ്ഞിരുന്നു.

അയാളെ കണ്ടാലുടൻ പൂച്ച ആഹ്ലാദശബ്ദങ്ങൾ പുറപ്പെടുവിക്കും. അടുത്ത ദിവസം രാവിലെ ഓഫീസിലേക്ക് പുറപ്പെടുംവരേക്കും പൂച്ച അയാളുടെ നിഴലായിരിക്കും.

സന്ധ്യകളിൽ താവളം തേടുന്ന അയാളുടെ കൈകളിൽ നീണ്ടൊരു പൊതി കാണും. ആ പൊതി അഴിച്ച് അയാൾ വെള്ളേപ്പം കഷണങ്ങളാക്കി നിലത്തിടും. വെള്ളേപ്പ കഷണങ്ങൾ നിലത്തു വീഴേണ്ട താമസം പൂച്ച ആർത്തിയോടെ അതെല്ലാം വെട്ടിവിഴുങ്ങും.

ദിവസങ്ങൾ കഴിയുന്തോറും അയാളുടെ പ്രതീക്ഷകൾ പോലെ പൂച്ച ചീർത്തും അയാൾ ശോഷിച്ചും വന്നു.

പൂച്ചയ്ക്ക് അസ്വസ്ഥതകളില്ല. കടപ്പാടുകളുടെയും ബന്ധങ്ങളുടെയുമൊക്കെ ലോകവും അവയ്ക്ക് അന്യമാകും. അയാൾ സമാധാനിക്കുവാൻ ശ്രമിച്ചു.

അച്ഛനോ അമ്മയോ പൂച്ചയെ തിരക്കിവരുന്നതിതുവരെ അയാൾ കണ്ടിട്ടില്ല. പൂച്ച അവരെ തിരക്കി പോകുന്നതും.

“ഈ പൂച്ച ഇവിടം ഉപേക്ഷിച്ച് പോകുന്ന ലക്ഷണമൊന്നും കാണുന്നില്ല സാർ.” ഒരിക്കൽ കൈമൾ പറഞ്ഞു. അയാളുമത് ശരിവച്ചു.

ഒഴിഞ്ഞ കൈകളോടെയാണ് അയാളന്ന് താവളത്തിൽ എത്തിയത്. കാരണം അന്ന് അയാളുടെ കീശ ശൂന്യമായിരുന്നു. ഓഫീസിലെ ജോർജ്ജ് ജോസഫിന്റെ ഔദാര്യംകൊണ്ടാണ് ഉച്ചയ്ക്ക് ഊണ് കഴിച്ചതും സിഗരറ്റ് വലിച്ചതുമൊക്കെ. ആരോടും കടം വാങ്ങി ശീലമില്ല. കടം വാങ്ങലിനൊരു രക്തസാക്ഷിയായിരുന്നല്ലോ അയാളുടെ അച്ഛൻ. അച്ഛന്റെ ആ ശീലത്തെ പിന്തുടരുവാൻ അയാളൊരിക്കലും ശ്രമിച്ചിട്ടില്ല. പട്ടിണിയായാലും അതിനെ അതിജീവിക്കുക. അങ്ങനെയായിരുന്നു അയാൾ...

പൂച്ചയുടെ മുഖത്ത് സംതൃപ്തിയുടെ പ്രകാശമൊന്നും അയാൾക്ക് കണ്ടെത്താനായില്ല. ആഹ്ലാദശബ്ദവും പൂച്ച പുറപ്പെടുവിച്ചിരുന്നില്ല. പക്ഷേ, അതിന്റെ കണ്ണുകളിലെ ക്രൂരതയുടെ ഇരുട്ടാകട്ടെ അയാൾ കണ്ടതുമില്ല.

എങ്കിലും പൂച്ചയിൽ പ്രകടമായ മാറ്റം അയാളെ അത്ഭുതപ്പെടുത്തി. അയാൾ മുറിയിലേക്ക് നടന്നു. നിഴലായ് പൂച്ചയും.

ക്ഷീണത്തിന് അല്പം ആശ്വാസം പ്രതീക്ഷിച്ചാണ് കട്ടിലിൽ കയറിക്കിടന്നത്.

മുറിയുടെ ഒഴിഞ്ഞ കോണിലിരുന്ന് പൂച്ച അയാളുടെ ചലനങ്ങളൊക്കെ ശ്രദ്ധിക്കുന്നുണ്ടായിരുന്നു.

ക്ഷീണാധിക്യത്താലാകണം അയാൾ കിടന്നയുടനെ ഉറങ്ങുകയും ചെയ്തു. നെഞ്ചിലെന്തോ ഭാരം അനുഭവപ്പെട്ടാണ് ഉണർന്നത്. പൂച്ച നെഞ്ചിൽ..

പിന്നെ പൂച്ചയുടെ കാലുകൾ അയാളുടെ തൊണ്ടയിലമർന്നു. പൂച്ചയുടെ ഈ പ്രവൃത്തികളെയാദ്യം അയാൾക്ക് തെറ്റിദ്ധരിക്കാനായില്ല. പൂച്ചയുടെ ബലിഷ്ഠമായ കാലുകളെ തൊണ്ടയിൽ നിന്ന് മോചിപ്പിക്കുക സാദ്ധ്യമായിരുന്നില്ല.

മരണത്തിന്റെ ശൈത്യത്തിലേക്ക് വഴുതിയിരുന്ന അയാളുടെ കാതുകളിലിപ്പോൾ മുഴങ്ങുന്നത് പൂച്ചയുടെ ആഹ്ലാദശബ്ദങ്ങളാണ്.

അക്കരെ

ഇക്കുറി നാരായണൻകുട്ടി നാട്ടിൽ വന്നപ്പോൾ പലരും പറഞ്ഞത് അയാളിനി പഴയപോലെ എന്റെയടുത്ത് വരില്ലെന്നാണ്.

എന്തോ എനിക്കത് വിശ്വസിക്കാനായില്ല.

നാട്ടിൽ നാരായണൻകുട്ടിക്കൊരു ചങ്ങാതി എന്ന് പറയാനുണ്ടായിരുന്നതും ഞാൻ മാത്രമാണല്ലോ.

പഴയ കാലമൊക്കെ അത്ര പെട്ടെന്നവന് മറക്കാനാവുമോ. മറക്കുന്നവരുണ്ടാകാം. ആ കൂട്ടത്തിൽ നാരായണൻകുട്ടിയുണ്ടാകില്ലെന്ന് തീർച്ച.

അവനിപ്പോൾ പഴയ നാരായണൻകുട്ടിയൊന്നുമല്ലെന്നും നാട്ടിലെത്ര സ്ഥലമാണവൻ വാങ്ങിക്കൂട്ടിയിരിക്കുന്നതെന്നും അവൻ വച്ച പുതിയ വീട് നീ കണ്ടിട്ടുണ്ടോയെന്നും എന്നോട് തിരക്കുകയാണ് അമ്മ.

അങ്ങനത്തെ അവൻ കാക്കാശിന് വകയില്ലാത്ത എന്നെ തിരക്കിവരുമോയെന്നാ അമ്മയുടെ സംശയം.

എന്റെ വിശ്വാസം എന്നെ രക്ഷിച്ചു.

നാരായണൻകുട്ടി എന്നെ തിരക്കിവരികതന്നെ ചെയ്തു.

"ഒരാഴ്ചയായി വന്നിട്ട്. വന്നയുടനെ നിന്നെ കാണണമെന്ന് കരുതിയിരുന്നതാണ്. അതിന് തിരക്കൊഴിഞ്ഞിട്ട് വേണ്ടേ? ഇതിനിടെ വാസന്തിയുടെ വീട്ടിലുമൊന്ന് പോയി. ഇനി അതിനൊന്നും സമയം കിട്ടിയില്ലെങ്കിലോ. നിന്റെ വിശേഷങ്ങളൊക്കെ."

എന്റെ വിശേഷങ്ങളൊക്കെ അവനെ കേൾപ്പിച്ചത് അമ്മയാണ്.

ഇപ്പോളെന്തൊരു പ്രസന്നതയാണ് അവന്റെ മുഖത്തിന്. ഞാൻ പഴയ നാരായണൻകുട്ടിയെ ഓർക്കുകയായിരുന്നു. പണ്ടൊക്കെ നിരാശ ബാധിച്ച ഒരുവനെ പോലെയായിരുന്നല്ലോ അവൻ. താടിയില്ലാതെ ഞാനവനെ കാണുന്നതും ഇതാദ്യമാണ്.

പണ്ടൊക്കെ പിശുക്കന്റെ കൈയിലെ നാണയങ്ങൾ പോലെയായിരുന്നു നാരായണൻകുട്ടിക്ക് വാക്കുകൾ. പക്ഷേ, ഇപ്പോഴവന് നാവടക്കാനേയാകുന്നില്ല. സംസാരത്തിൽ പഴയ വേഗക്കുറവൊന്നുമില്ലെന്നതും ഞാൻ പ്രത്യേകം ശ്രദ്ധിച്ചു.

"നാരായണൻകുട്ടി നീയങ്ങ് മാറിപ്പോയല്ലോടാ.."

"അപ്പോ മാറ്റങ്ങൾ വേണ്ടന്നാണോ നീ പറയുന്നത്."

ഞാനവന്റെ ഈ ചോദ്യത്തിനൊരു മറുപടി പറയാതെ സുമതിയുടെ കമ്പ്യൂട്ടർ പഠിക്കാനുള്ള താല്പര്യത്തെക്കുറിച്ച് പറയുന്നു. പിന്നെ എനിക്ക് വന്ന ഗൾഫ് ചാൻസിനെക്കുറിച്ചും.

സുമതി കമ്പ്യൂട്ടർ പഠിക്കുവാൻ ആഗ്രഹിക്കുന്നുണ്ടെങ്കിൽ അവരെ അക്കാര്യത്തിൽ തടയേണ്ടെന്ന് നാരായണൻകുട്ടി.

ഇപ്പോ കമ്പ്യൂട്ടറിനാണവിടെ സാദ്ധ്യതയുള്ളതെന്നും നാരായണൻകുട്ടി.

"നിന്നെക്കാൾ വിജയസാദ്ധ്യത അവിടെ സുമതിക്കാണുള്ളത്."

സുമതിയെക്കുറിച്ചുള്ള ഈ അഭിപ്രായം എനിക്ക് അവനോടുള്ള ബഹുമാനം വർദ്ധിപ്പിക്കുകയാണ് ചെയ്തത്.

സുമതിയെക്കുറിച്ച് അവനിങ്ങനെയൊരു അഭിപ്രായം പറഞ്ഞതുകൊണ്ടല്ല. ആ അഭിപ്രായത്തിലെ ആത്മാർത്ഥത.

കമ്പ്യൂട്ടർ പഠിക്കാൻ വിടുമോയെന്ന് സുമതി എന്നോടാദ്യമായി ചോദിക്കുമ്പോൾ ഞാൻ പറഞ്ഞത് ഒരുപാട് പണച്ചെലവുള്ള കാര്യമല്ലേ എന്നാണ്.

വിടുമോ ഇല്ലയോ എന്നറിഞ്ഞാൽ മതിയെന്ന് സുമതി.

സമ്മതമാണെന്ന് അറിയിച്ചപ്പോൾ സാമ്പത്തികമൊക്കെ ആങ്ങള ഏറ്റിറ്റുണ്ടെന്നാ അവളെന്നോട് പറഞ്ഞത്.

വിസയ്ക്ക് കൊടുത്തത് തികയാതെ വന്നപ്പോഴാണ് അവൾക്ക് അവളുടെ കഴുത്തും കാതുമൊക്കെ ശൂന്യമാക്കേണ്ടിവന്നത്.

എന്നിട്ടും അക്കരെ ആഗ്രഹിച്ച ഞാനിക്കരെ തന്നെ.

നാരായണൻകുട്ടിക്ക് ഈ കാഴ്ചകൾക്കൊന്നും സാക്ഷിയാകേണ്ടി വന്നില്ല. അതിന് മുൻപേ ലീവ് കഴിഞ്ഞവൻ പോയി. അവൻ പോയതു പോലും മറ്റാരോ പറഞ്ഞാണ് ഞാൻ അറിഞ്ഞത്. എന്നിട്ടും ഞാനവന് എഴുതി. മറുപടിയില്ല. ദാ ഇപ്പോഴും നാരായണൻകുട്ടിക്കൊരു കത്തെഴുതുകയാണ് ഞാൻ. ഈ കത്തോടെങ്കിലും അവൻ പ്രതികരിച്ചിരുന്നെങ്കിൽ...

ഇതിനിടെ ഒരുപാട് പ്രതീക്ഷകളോടെ തുടങ്ങിയ സുമതിയുടെ കമ്പ്യൂട്ടർ പഠനവും മുടങ്ങി.

ഒരാഹ്ലാദവും വിധിച്ചിട്ടില്ലാത്ത ഈ ജീവിതത്തിനൊരു വിരാമമായാലോ എന്നാ ഞാൻ ഈയിടെയായി ആലോചിക്കുന്നത്. ദൈവനിശ്ചയങ്ങൾ അതനുഭവിച്ച് തീർക്കാതെ ഒക്കുമോ. പക്ഷേ, ജീവിതാനുഭവങ്ങൾ എന്നെ അരുതാത്തതാ ചിന്തിപ്പിക്കുന്നത്. അങ്ങനെ അരുതാത്തതെന്തെങ്കിലും സംഭവിച്ചാൽ എന്റെ മോൻ...

അവനെന്നെ അച്ഛാ എന്നുപോലും വിളിച്ച് കൊതി തീർന്നിട്ടില്ലല്ലോ!

അവിരാമം

ഈയിടെയായി സദാശിവൻനായരുടെ ജീവിതം വല്ലാതെ അനാഥവും നിസ്സഹായവുമായിപ്പോകുന്നു.

അതുകൊണ്ട്?

ഈ അതുകൊണ്ട് തന്നെയാണ് പ്രശ്നം.

അതേക്കുറിച്ചുതന്നെയാണ് സദാശിവൻനായരും ആലോചിക്കുന്നത്.

ആലോചനകളുടെ ആഴങ്ങളിൽ നിന്ന് ഉണർന്ന് അയാൾ പറയുന്നു:

"എനിക്കൊരു തിരിച്ചറിവുണ്ടായിരുന്നില്ല. ഇതേക്കുറിച്ച്."

"എൺപതിനോടടുത്തു പ്രായം വരുന്ന ഒരച്ഛനും ഏതാണ്ട് അതോടടുത്തു തന്നെ പ്രായം വരുന്ന ഒരമ്മയും നിങ്ങളെച്ചൊല്ലി ജീവനോടിരിക്കുമ്പോൾ സദാശിവൻനായരെ നിങ്ങളെങ്ങനെ അനാഥനാകും?"

"ഒള്ളതൊക്കെ തൊലച്ച ആ പെരട്ടതന്തയോ?"

സദാശിവൻനായരുടെ വാക്കുകളിൽ ക്രൗര്യം നിറയുന്നു വല്ലാതെ..

"അനാഥത്വം. അതനുഭവിക്കുമ്പോഴേ അറിയൂ. അതിന്റെ ദെണ്ണമെന്തെന്ന്."

"എന്തോന്ന് ദെണ്ണം?"

സദാശിവൻനായർ ചിരിക്കുന്നു.

ഈ ചിരിക്കു പിന്നാലെ തന്റെ വാദങ്ങളിലെ ശരിയെക്കുറിച്ച് ഒരു സൈദ്ധാന്തികനെപ്പോലെ കലഹിക്കുകയാണ് അയാൾ.

പ്രണയങ്ങളുടെ വിശുദ്ധി അത് കുറെക്കാലം അയാളുടെ ജീവിതത്തെ ധന്യമാക്കിയിരുന്നു. അങ്ങനെയൊരു പ്രണയവിശുദ്ധിയിലാണ് ജോസഫൈനെ അയാൾ തന്റെ ജീവിതത്തിലേക്ക് കൂട്ടുന്നത്.

അതിനു മുമ്പൊരു കാര്യംകൂടെ ഉണർത്താനുണ്ടെന്ന് പറഞ്ഞ് സദാശിവൻനായർ വീണ്ടുമൊരു ചിരിയുടെ പ്രതാപത്തോടെ.

ഇന്നത്തെ വാല്യക്കാരെപ്പോലെ ഒരു പെണ്ണിനെയും ഞാനങ്ങ് കയറി പ്രണയിക്കുകയായിരുന്നില്ല. പ്രണയാഭ്യർത്ഥനയുമായി ഓരോ പെണ്ണും സദാശിവൻനായരെ തേടി എത്തുകയായിരുന്നു.

അതിലല്പം പോലും അതിശയോക്തിയില്ലേ എന്നാരെങ്കിലും ചോദിച്ചാൽ സദാശിവൻനായർ പറയുക എല്ലാ സത്യങ്ങളും അതിശയോക്തി പരമല്ലേ എന്നാകും.

ജോസഫൈനുമായി ജീവിതം പങ്കിടുമ്പോൾ സദാശിവൻനായർക്ക് വയസ്സ് മുപ്പത്തിമൂന്ന്. അപ്പോഴേക്കും അയാളുടെ ശരീരവും മനസ്സുമൊക്കെ നരച്ചിരുന്നു. എന്തിനേറെ ജീവിതം തന്നെയും നരച്ചിരുന്നു. അകാലങ്ങളിലെ വാർദ്ധക്യമെന്നൊക്കെ ഈ അവസ്ഥയ്ക്ക് പേരിടാമെന്ന് അയാൾ. അതുവരെ ഹൃദയത്തോടോ ശരീരത്തോടോ അവിവേകങ്ങൾ പ്രവർത്തിക്കാത്ത ശുദ്ധകാമുകനായിരുന്നു സദാശിവൻനായർ.

ജോസഫൈനുമായുള്ള ജീവിതത്തിന്റെ തുടക്കങ്ങളിൽ സദാശിവൻനായരെത്രയോ പ്രസന്നവാനായിരുന്നു. അന്നൊക്കെ അയാൾ ഞങ്ങളെ ഉപദേശിച്ചിരുന്നത് “ഞാൻ തന്നെ ഒരുപാട് വൈകി. ഇനി നിങ്ങളൊക്കെ എന്നാണൊരു പെണ്ണുകെട്ടി സുഖമായി കഴിയുക.” എന്നാണ്.

അങ്ങനത്തെ സദാശിവൻനായരുടെ ജീവിതനിഘണ്ടുവിൽ ജോസഫൈൻ ഇപ്പോൾ അയാൾ മാസംതോറും കൊണ്ടുകൊടുക്കുന്ന നോട്ടുകളെ മാത്രം സ്നേഹിക്കുന്നവളാണ്.

എല്ലാ ഭാര്യാഭർത്തൃ ബന്ധവും കാലംചെല്ലേ ഇങ്ങനെയൊരു അതൃപ്തിയുടെ വേനൽ പ്രകടിപ്പിക്കുമെന്നും പിന്നീടതൊക്കെ ഒത്തുതീർപ്പിന്മേലുള്ള മഹാനാടകമല്ലേ എന്നും ഞങ്ങളിൽ ചിലർ സന്ദേഹിക്കുമ്പോൾ “ഉയിരുള്ള കാലം ഒരു പെൺ അബദ്ധത്തിലേക്കും നിങ്ങൾ വഴുതണ്ട” എന്നാണ് സദാശിവൻനായർ ഓർമ്മപ്പെടുത്തുന്നത്.

ഇതിനിടെ ജോസഫൈനിൽ സദാശിവൻനായർക്കൊരു മകളുമുണ്ടായി.

ഒരു സന്ധ്യക്ക് പാഠം പറഞ്ഞുകൊടുക്കുവാനായി മകളെ വിളിച്ചപ്പോൾ അച്ഛനെന്നെ പാഠം പഠിപ്പിക്കേണ്ടെന്നു പറഞ്ഞ് അവൾ അമ്മയുടെ അടുത്തേക്ക് ഓടുകയായിരുന്നു.

അപ്പോൾ സദാശിവൻനായർ ക്രൗര്യമുള്ളവനായി. പിന്നെ കൈയിൽ കിട്ടിയതൊക്കെ കൊണ്ട് മകളെ പ്രഹരിക്കുന്നു.

ഇപ്പോൾ ജോസഫൈന്റെ ഭാഷയിൽ വീടൊരു നരകം. സദാശിവൻനായരാകട്ടെ കാലനും പിശാചും.

അവളുടെ വിവേകപൂർണ്ണമല്ലാത്ത ഇടപെടലുകളിൽ വെന്ത് സദാശിവൻനായർ ഒരു ശവത്തെപ്പോലെ മിണ്ടാതിരുന്നു.

ഇങ്ങനെയൊരു പാഠഭേദത്തിന്റെ ആവർത്തനങ്ങൾ എത്രയോകുറി സദാശിവൻനായരുടെ വീടിനെ വേദനിപ്പിച്ചിരിക്കുന്നു.

ജോസഫൈന് താൻ പൂർണ്ണമായും പിടികൊടുക്കരുതായിരുന്നു. ഒന്നും ഒളിച്ചുവെക്കാനില്ലാത്ത നഗ്നത. അതുകൊണ്ടാകും തന്റെ വാക്കു

കൾക്ക് ഒരു ചാൺ മുന്നെ ജോസഫൈൻ നടക്കുന്നത്. സ്നേഹരാഹിത്യത്തിന്റെ ഇരുണ്ട മുഖം അവളെപ്പോഴും കാട്ടുന്നത്.

ആളൊരു തളർന്ന പ്രകൃതക്കാരനാണെന്നും വേഗമാർന്ന സംസാരമല്ലെന്നും അയാളെ അടുത്തറിയുന്നവർക്കും ഭാര്യയ്ക്കും ബന്ധുക്കൾക്കുമൊക്കെ പരാതിയുണ്ട്. ഈ പരാതിയാണ് അയാളെ വല്ലാതെ വേദനിപ്പിക്കുന്നത്. തിരിച്ചറിവുകളുടേതായ കാലംതൊട്ടേ ഇങ്ങനെയൊരു പരാതി അയാളുടെ മുറിവാണ്.

സദാശിവൻനായരെ; ഇതൊന്നും നിങ്ങളെ തളർത്തിക്കൂടാ. കുറ്റങ്ങളും കുറവുകളുമില്ലാത്ത മനുഷ്യൻ ആരാ ഈ ഭൂമുഖത്തുള്ളത്. ആണായാലും പെണ്ണായാലും ഈ ലോകത്തിലെ വൈവിദ്ധ്യം തന്നെ ഇത്തരം ഏറ്റുപറച്ചിലുകളിലല്ലേ. ആരും ആരേക്കാളും കേമന്മാരല്ല ഈ ഭൂവിൽ.

ഇത്തരം പയ്യാരംപറച്ചിലുകൾക്കൊക്കെ കാതുകൊടുത്താലും നിങ്ങളതൊന്നും അകത്തേക്ക് എടുക്കരുത്. ഇങ്ങനെയൊരു വ്യസനാഗ്നിയിൽ ഈ ജന്മം തുലയ്ക്കുവാനാണ് പ്ലാനെങ്കിൽ നിങ്ങളോളം പോന്നൊരു വിഡ്ഢി വേറെയുണ്ടാവില്ല ഈ ഉലകിൽ.

ക്ലീൻഷേവിന്റെ തിളക്കവും കറുപ്പിച്ച മുടിയും ഷർട്ട് ഇൻ ചെയ്ത് ഷൂസൊക്കെ അണിഞ്ഞ് പ്രായത്തെ ജയിക്കുന്ന സൗന്ദര്യവുമായിട്ടാവും സദാശിവൻനായർ നിത്യവും ഓഫീസിലെത്തുക. ഓരോരുത്തരും അവരവരുടെ പരിമിതിയിലും സൗന്ദര്യത്തിലുമാണ് നടക്കേണ്ടതെന്നാകും ഈ വിഷയകമായുള്ള സദാശിവൻനായരുടെ വിശദീകരണം.

അങ്ങനത്തെ സദാശിവൻനായരാണിപ്പോൾ ഷേവു ചെയ്യാത്ത മുഖവും കറുപ്പിക്കാത്ത മുടിയും പുറം പാതിയും തേഞ്ഞൊരു ഹവായ് ചെരുപ്പുമണിഞ്ഞ് ഓഫീസിലെത്തുന്നത്. പാന്റും ഷർട്ടുമാകട്ടെ ഇസ്തിരിയിടാത്തതും അഴുക്ക് പുരണ്ടതുമാകുന്നു.

മാത്രമോ, ഇപ്പോൾ സദാശിവൻനായർക്കില്ലാത്ത ദുശ്ശീലങ്ങളൊന്നുമില്ലെന്നായിരിക്കുന്നു. പുകവലി, മദ്യപാനം, പൊടിവലി, മുറുക്ക്, പാൻപരാഗ്.

ഇങ്ങനെയൊക്കെ അതൃപ്തനാകാൻ ഈ നാല്പതു വയസ്സിനിടെ എന്തേ സദാശിവൻനായർക്ക് പറ്റിയത്? ഒക്കെ ഒന്ന് മനസ്സുവെച്ചാൽ ശരിയാക്കാവുന്നതല്ലേയുള്ളൂ.

ഇങ്ങനെയൊരു വിചാരത്തെക്കുറിച്ചുള്ള ബോധമാണ് സദാശിവൻനായരെ നിങ്ങൾക്ക് പരിചയപ്പെടുത്തുവാനും അയാളുടെ ജീവിതമിങ്ങനെയൊക്കെയായിരുന്നുവെന്നും ഇപ്പോൾ ഇങ്ങനെയൊക്കെയാണെന്നും സൂചിപ്പിക്കാനിട നല്കിയത്.

ഇങ്ങനെയൊക്കെയാണെങ്കിലും നിങ്ങളുടെയൊക്കെ ചുറ്റുപാടുകളിൽ സദാശിവൻനായർ സമയബോധമോ കാലബോധമോ ഇല്ലാത്തവനായി ബഹിഷ്കൃതനാകുകയാണെങ്കിൽ ക്ഷമയും സ്വീകാര്യനെങ്കിൽ ഹൃദയംഗമമായ നന്ദിയും പ്രകാശിപ്പിച്ചുകൊണ്ട് നിർത്തട്ടെ.

ഓരോ വേവലാതികൾ

കുഞ്ഞുലക്ഷ്മി എന്നായിരുന്നു അവരുടെ പേര്. ഞാൻ കുഞ്ഞുലക്ഷ്മിയെ കാണുന്നതു ഞങ്ങളുടെ ധർമ്മാശുപത്രിവരാന്തയിൽ വെച്ചാണ്.

ആൾക്കൂട്ടത്തിനിടയിൽ നിന്നാരോപറയുന്നത് കേട്ടു. ബോട്ട് ജെട്ടി വിട്ടതിനുശേഷമാണ് കുഞ്ഞുലക്ഷ്മി കടലിലേക്കെടുത്തു ചാടിയതെന്ന്. പിന്നെ അവരെ രക്ഷിക്കുവാൻ പെട്ടപാട്. നീന്തൽ അറിയാവുന്ന ഒന്നു രണ്ടു പേർ ബോട്ടിലുണ്ടായിരുന്നത് ഭാഗ്യമായി. അല്ലെങ്കിൽ...

ആത്മഹത്യാ ശ്രമത്തിന് കേസെടുത്ത പൊലീസാണ് കുഞ്ഞുലക്ഷ്മിയെ ആശുപത്രിയിൽ എത്തിച്ചിരുന്നത്.

കുഞ്ഞുലക്ഷ്മി എന്തിനാ ആത്മഹത്യയ്ക്കു ശ്രമിച്ചത്?

ഈ ചോദ്യം ഞാനവരോട് ചോദിക്കാതിരുന്നില്ല. അതെന്റെ ജോലിയുടെ ഭാഗം കൂടെയാണല്ലോ. ഞാനെന്നെക്കുറിച്ചു ഇതുവരെ പറഞ്ഞില്ല അല്ലേ? അതായിരുന്നുവല്ലോ ഞാനാദ്യമേ ചെയ്യേണ്ടിയിരുന്നത്. അതിന് അനുവാചകാ, ഞാനീകഥയിലെ പ്രധാനകഥാപാത്രമൊന്നുമല്ലല്ലോ. എന്നാലും പറയാം. പരിചയം നല്ലതാണല്ലോ. ഇത്തരം പരിചയങ്ങളുടെ തുടർച്ചയാണല്ലോ എന്റെ ഇപ്പോഴത്തെ പ്രവർത്തനരംഗം ആവശ്യപ്പെടുന്നതും. ഇനി എന്നിലേക്ക്, ഞാൻ അരവിന്ദൻ. സ്ഥലത്തെ പ്രധാന സായാഹ്ന പത്രമായ 'തീഗോള'ത്തിലെ എല്ലാമെല്ലാം. എന്നുപറഞ്ഞാൽ പത്രത്തിന്റെ പ്രിന്ററും പബ്ലിഷറും എഡിറ്ററും റിപ്പോർട്ടറും വിതരണക്കാരനുമൊക്കെ ഈ ഞാൻ തന്നെ. പക്ഷേ, കുഞ്ഞുലക്ഷ്മിയുണ്ടോ എന്റെ ഈ ചോദ്യത്തിനു മറുപടി തരുന്നു. അവർ എന്റെ ഈ ചോദ്യം കേൾക്കാനാവാത്ത ഏതോ ലോകത്തായിരുന്നു. അപ്പോഴവരുടെ മുഖത്ത് പ്രകടമായിരുന്ന വികാരം എന്തായിരുന്നു? പരാജയമോ, ഭയമോ, വിഷാദമോ?

ഇനി കുഞ്ഞുലക്ഷ്മി എങ്ങോട്ടേക്കാകും പോകുക. ഏതെങ്കിലും മനോരോഗാശുപത്രിയുടെ വെളിച്ചം കുറഞ്ഞ സെല്ലുകളിലേക്കൊന്നിലേക്ക്? വനിതാ ജയിലിലേക്ക്? അതുമല്ലെങ്കിൽ അഗതികൾക്കായുള്ള അനാഥമന്ദിരത്തിലേക്ക്?

ഏതോ കുലീന കുടുംബപശ്ചാത്തലത്തിൽ നിന്ന് ഒളിച്ചോടി വന്നതാണ് കുഞ്ഞുലക്ഷ്മിയെന്ന് എനിക്ക് തോന്നാതിരുന്നില്ല. ദുർവൃത്തനും മദ്യപനുമായ ഭർത്താവിനോടുള്ള പ്രതിഷേധം. ആർഭാടങ്ങളുടെ ഓർക്കാപ്പുറത്തുണ്ടായ ശവദാഹം. ആകെക്കൂടെയുണ്ടായിരുന്ന സ്വത്ത് ഭാഗം ചെയ്തപ്പോൾ വേണ്ടപ്പെട്ടവരിൽ നിന്നുണ്ടായ ദുരനുഭവം. ഭർത്താവിന്റെ സുഹൃത്തായി ചമഞ്ഞ് എത്തുന്നവന്റെ കുഞ്ഞുലക്ഷ്മിയിന്മേലുള്ള കാമക്കണ്ണ്. ഇങ്ങനെ കുഞ്ഞുലക്ഷ്മിയുടെ ഒളിച്ചോട്ടത്തോട് ചേർത്ത് വായിക്കാവുന്ന കാരണങ്ങളെത്രയോ ഉണ്ട്. അവരുടെ വേഷത്തിലെ ആർഭാടം തന്നെയത് വിളിച്ചോതുന്നുണ്ട്.

കുഞ്ഞുലക്ഷ്മിയെ പൊലീസിൽനിന്നും മോചിപ്പിക്കുക പ്രയാസമുള്ള കാര്യമല്ല.

എന്നിട്ട് കുഞ്ഞുലക്ഷ്മിയെ വീട്ടിലേക്ക് കൂട്ടിയാലോ എന്നും ഞാനാലോചിക്കാതിരുന്നില്ല. വീട്ടിൽ അമ്മയും ഭാര്യയും മാത്രം. അവർ കുഞ്ഞുലക്ഷ്മിയുടെ സാന്നിദ്ധ്യത്തിൽ പ്രതിഷേധിക്കില്ലെന്നും എനിക്ക് ഉറപ്പുണ്ട്.

പക്ഷേ, അപവാദങ്ങൾ. ഈ കാലത്ത് അപവാദങ്ങൾ ഏതൊരു നല്ല കാര്യത്തിനും അനുബന്ധമാണല്ലോ. അപവാദങ്ങളെ ഭയന്ന് ഒരു സദ്കർമ്മത്തിൽ നിന്ന് പിന്തിരിയുവാൻ ഒക്കുമോ?

അപവാദങ്ങളുടെ അസമാധാനത്തിൽനിന്നൊരു വിധം രക്ഷപ്പെട്ട് ഞാനെത്തുന്നത് അതിലും ഭീകരമായൊരു ചോദ്യമുഖത്തേക്കാണ്.

കുഞ്ഞുലക്ഷ്മി ഇനിയും ആത്മഹത്യയ്ക്കു ശ്രമിച്ചുകൂടെന്നുണ്ടോ?

അങ്ങനെ സംഭവിച്ചാൽ ഈശ്വരാ. അനാഥമാകുന്നതൊരു കുടുംബം. വേണ്ട കുഞ്ഞുലക്ഷ്മിയെ രക്ഷിക്കുവാനും ശിക്ഷിക്കുവാനും ഈ നാട്ടിൽ നിയമമുണ്ട്. സമൂഹമുണ്ട്.

പക്ഷേ, കുഞ്ഞുലക്ഷ്മി ഇപ്പോഴും എന്റെ അകമേയുണ്ട്. ഒരഭയത്തിനായുള്ള ഒടുങ്ങാത്ത നിലവിളിയോ വേദനയോ ആയി...

ഭയപ്പാടുകൾ

എന്താണ് തന്റെ അച്ഛൻ മാത്രം മരിക്കാത്തത്? മരണത്തിന്റെ ശത്രു വാകുമോ തന്റെ അച്ഛൻ.

കുട്ടി എപ്പോഴും ഇത്തരം സംശയങ്ങളുടെ തടവിലായിരുന്നു. കുട്ടി യുടെ മനസ്സിൽ അസ്വസ്ഥതകൾ സൃഷ്ടിക്കാൻ എത്തുന്നതാണീ സംശ യങ്ങൾ.

അപ്പുവിന്റെ അച്ഛൻ മരിച്ചത് കഴിഞ്ഞ ആഴ്ചയാണ്. മരണം അപ്പു വിന്റെ രക്ഷയ്ക്കെത്തുകയായിരുന്നോ? അപ്പുവിന്റെ അച്ഛനൊരു ശിക്ഷ കനായിരുന്നു... കണ്ടതിനൊക്കെയും അവനെ ശിക്ഷിക്കും? ചൂരൽപ്പാടു കൾ ഇല്ലാതൊരു ദിവസംപോലും അപ്പു ക്ലാസിൽ വന്നിട്ടില്ല. ആ ചൂരൽപ്പാ ടുകൾക്ക് പിന്നിലെ അകാരണങ്ങളെക്കുറിച്ച് അപ്പു പറയവെ കുട്ടിക്ക് സങ്കടം വരും. എങ്കിലും കുട്ടി അപ്പുവിനായി ആശ്വാസത്തിന്റെ വാക്കു കൾ കണ്ടെത്തും.

അപ്പുവിന്റെ അച്ഛൻ മരിച്ച ദിവസം കുട്ടിയും അപ്പുവിന്റെ വീട്ടിൽ പോയിരുന്നു. കത്തിച്ച് വെച്ച നിലവിളക്കിന് മുന്നെ ഒരു നിഷേധിയെ പ്പോലെ അപ്പുവിന്റെ അച്ഛൻ കിടപ്പുണ്ടായിരുന്നു. കുട്ടി അപ്പുവിനെ തേടി. ആശ്വാസകരമായ മുഖമായിരുന്നു മനസ്സിൽ.

കരഞ്ഞ് കലങ്ങിയ കണ്ണുകളും ദുഃഖത്തിന്റെ ഇതൾവീണ മുഖവു മായി അപ്പു മുന്നിൽ. അപ്പുവിനായി കുട്ടി ആശ്വാസത്തിന്റെ താരാട്ടായെ ങ്കിലും മരണം മണക്കുന്ന ആ അന്തരീക്ഷത്തിൽ അധികനേരം നില്ക്കാൻ കൂട്ടാക്കിയില്ല.

കുട്ടി അവന് പ്രിയപ്പെട്ടവരുടെ പേരുകൾ ഓർക്കുകയായിരുന്നു. അപ്പു, ജോബ്. നാരായണ പൈ, സുന്ദർലാൽ, മുസാഫിർ അൻഹർ, അമ്മി ണി, രഹ്ന, മേരി, മിനി എല്ലാം അനാഥർ.

എല്ലാ ശകാരങ്ങൾക്കും ഒടുവിൽ അമ്മ അച്ഛന് ദീർഘായുസ്സുണ്ടാകട്ടെയെന്ന് പ്രാർത്ഥിക്കുന്നത് കുട്ടി കേട്ടിട്ടുണ്ട്. അപ്പോളവനും ആ പ്രാർത്ഥനയുടെ ഭാഗമാകാറുണ്ട്. അച്ഛനില്ലാത്ത അവസ്ഥയെ കുട്ടിയും ഭയപ്പെടുന്നു. പിന്നെ തലതിരിഞ്ഞൊരു ചേട്ടനാകും എല്ലാത്തിനും വഴികാട്ടിയായയുണ്ടാവുക.

ഉറങ്ങാൻ കിടന്നാൽ പിന്നെ പേടിപ്പെടുത്തുന്ന സ്വപ്നങ്ങളുടെ വരവായി. അപ്പോൾ കുട്ടി എഴുന്നേറ്റ് മുറിയിലെ ബൾബ് തെളിക്കും: മുറിയിലെ തുറന്നിട്ട ജനലിലൂടെ പ്രകാശത്തിന്റെ ചതുരങ്ങൾ ഇടനാഴിയിലെ ചുവരിൽ പ്രത്യക്ഷപ്പെടുമ്പോൾ അടുത്ത മുറിയിൽ ഉറങ്ങുന്ന അച്ഛൻ എഴുന്നേറ്റ് വരും. പിന്നെ അന്വേഷണങ്ങളായി. അച്ഛന്റെ നേർത്ത വിരലുകൾ നെറ്റിയിൽ തലോടുന്നു.

എങ്ങനെയാണ് കുട്ടി അച്ഛന്റെ ചോദ്യങ്ങൾക്ക് ഉത്തരമേകുക?

ഒന്നുമില്ലെന്ന് പറഞ്ഞ് കുട്ടി അച്ഛനെ അടുത്ത മുറിയിലേക്ക് തന്നെ പറഞ്ഞു വിടുന്നു.

ഉറങ്ങാമെന്ന് വെച്ചാൽ പേടിപ്പെടുത്തുന്ന സ്വപ്നങ്ങളുടെ വരവായി. പല രാത്രികളിലും ഉറക്കമൊരു കടങ്കഥയാണ് കുട്ടിക്ക്. പിന്നെ അടയാത്ത കണ്ണുകളുമായി അടുത്ത പുലരിയെയും കാത്ത് കിടക്കും.

ഇങ്ങനെ ദിവസങ്ങളാകുന്നു. മാസങ്ങളാകുന്നു. വർഷങ്ങളാകുന്നു. കുട്ടി സംശയങ്ങളുടെ തടവിൽ പേടിപ്പെടുത്തുന്ന സ്വപ്നസാന്നിദ്ധ്യത്തിൽ നിദ്രാവിഹീനങ്ങളായ രാത്രികളിൽ അച്ഛന്റെ സ്നേഹനിറം പുരണ്ട ചോദ്യങ്ങൾക്ക് മുൻപാകെ മൗനിയായി

സംശയങ്ങളുടെ തടവിൽ നിന്ന് സമാധാനത്തിന്റെ നിറമാർന്ന സ്വപ്നങ്ങളിലേക്ക്, നിദ്രാവിഹീനങ്ങളല്ലാത്ത രാത്രികളിലേക്ക്, അച്ഛന്റെ സ്നേഹപൂർവ്വമായ ചോദ്യങ്ങളുടെ അസാന്നിദ്ധ്യത്തിലേക്ക് എന്നാകും കുട്ടിക്ക് ഉണരാനാകുക?

ശിലാഫലകങ്ങൾ

"ഡാഡി ഇത് ഞാനാണ്. ഡാഡിയുടെ പുന്നാരമകൾ അപർണ്ണ."

മകൾ ഫോണിൽ വിളിക്കുമ്പോൾ അയാളേതോ ഓർമ്മയുടെ പടവുകൾ കയറുകയായിരുന്നു.

മകൾ എത്രനാളെത്തിവിളിക്കുകയാണ് തന്നെ. ലളിതയുമായി ഇറങ്ങിയശേഷം അവൾ തന്നെ വിളിക്കുന്നത് അപൂർവ്വമാണല്ലോ.

"ഡാഡി ഇന്ന് നല്ല ഫോമിലാണെന്ന് തോന്നുന്നു."

അതിനും അയാൾ മറുപടിയൊന്നും പറഞ്ഞില്ല.

ഈയിടെയായി ഇങ്ങനെയാണ്. വല്ലാതെ വഴിതെറ്റിപ്പോയിരിക്കുന്നു.

അപർണ്ണയും ലളിതയുമൊന്നുമില്ലാത്ത വീട് അയാളെ അത്രയേറെ വേദനിപ്പിക്കുന്നു.

പക്ഷേ, ഈ വേദനയൊക്കെ ആരോടാണ് പറയുക. പറഞ്ഞാൽതന്നെ ആരാണിതൊക്കെ കേൾക്കുക. ഒന്നും ഓർക്കരുതെന്ന് പറഞ്ഞ് അയാൾ അയാളെതന്നെ ശാസിക്കാറുള്ളതാണ്.

അപർണ്ണയുടെ ഫോൺ കോൾ ഇന്നാപതിവിനൊക്കെ വിഘാതമുണ്ടാക്കിയിരിക്കുന്നു.

അവൾക്ക് വിളിക്കാൻ കണ്ടൊരുനേരം..

പിന്നെ അയാളത് ഇങ്ങനെ തിരുത്തി.

അപർണ്ണ തന്റെ മകളല്ലേ? അവൾക്ക് തന്നെ വിളിക്കുവാൻ പ്രത്യേക അനുമതി വല്ലതും വേണോ?

ലളിത ഇന്നുവരെ തന്നെ വിളിച്ചിട്ടുണ്ടോ? ഇല്ല. അവൾ അങ്ങനെയാണ്. എന്തെങ്കിലും സംഭവിച്ചാൽ സംഭവിച്ചതു തന്നെ. പിന്നെ എന്തൊക്കെ പറഞ്ഞാലും അതിൽ നിന്നൊരു മടക്കമുണ്ടാകില്ല. അപ്പോ

ഴൊന്നും സംഭവിക്കാതെ നോക്കുകയാണ് വേണ്ടത്.

ഉടഞ്ഞു പോയതിനെ ചൊല്ലി ആശങ്കപ്പെടുന്നതിലും ഭേദം ഉടയാതെ നോക്കുന്നതല്ലേ എന്നാകും ലളിത ഇതേക്കുറിച്ചൊക്കെ സംസാരിച്ചാൽ പറയുക.

ശരിയല്ലേ?

ലളിതയ്ക്ക് താനെപ്പോഴും അവൾ പറയുന്നതൊക്കെ അനുസരിച്ചിരുന്നാൽ മതി. അങ്ങനെ ആയിരിക്കാൻ ശ്രമിക്കാറുമുണ്ട്.

എന്നിട്ടും ചിലപ്പോഴൊക്കെ അവൾ പറയുന്നതൊന്നും ചെവിക്കൊള്ളാതെ...

തനിക്കും ലളിതയെ വിളിക്കാവുന്നതല്ലേ?

ഇങ്ങനെ ശുദ്ധവൈരികളായിരുന്നാൽ രണ്ട് സമാന്തര രേഖകൾ കണക്ക് പ്രശ്നമങ്ങ് നീണ്ട് പോകുകയല്ലേയുള്ളൂ.

ലളിതയെ അയാൾ വിളിക്കാറുണ്ട്. അപ്പോഴൊക്കെ റിസീവറിനപ്പുറം കേൾക്കുക അവളുടെ കേണലായ അച്ഛന്റെ പരുഷമാർന്ന ശബ്ദമോ അമ്മയുടെ സൗമ്യമാർന്ന ശബ്ദമോ ആകും. അപ്പോൾ തന്നെ ഫോൺ ഡിസ്കണക്ട് ചെയ്യും.

ആഹാരകാര്യങ്ങളിലൊന്നും ഇപ്പോഴൊരു ശ്രദ്ധയുമില്ല. എന്തെങ്കിലും കഴിച്ചാൽ കഴിച്ചു. അത്രതന്നെ. അതുകൊണ്ട് തന്നെ ശരീരസുഖവുമില്ല.

ആഹാരകാര്യങ്ങളിലൊക്കെ തന്നെക്കാൾ ശ്രദ്ധ ലളിതയ്ക്കായിരുന്നു. അവൾ പോയതോടതൊക്കെ അവതാളത്തിലായി.

“താൻ തന്റെ പ്രസന്നതയൊക്കെ ആർക്ക് കടം കൊടുത്തടോ?” ഇടയ്ക്ക് മാനേജർ രാമമൂർത്തി ചോദിക്കാറുണ്ട്.

അപ്പോഴൊക്കെ ഒരു ചെറുചിരിയോടെ അയാളാ അന്വേഷണത്തെ മറികടക്കും.

പാവം മാനേജർ.

എന്ത് വിചാരിച്ച് കാണുമോ ആവോ?

തന്നെ സ്നേഹിക്കുന്നവരെയൊന്നും തനിക്ക് തിരിച്ചറിയാനാവാത്ത പോലെ.

ചിലപ്പോഴൊക്കെ ആലോചിച്ച് പോയിട്ടുണ്ട് ലളിതയുടെ വീട്ടിലേക്കങ്ങ് കയറി ചെന്നാലോയെന്ന്. ചില സിനിമകളിലൊക്കെ കാണുംമാതിരി. പിണങ്ങി നടന്ന നായകൻ നായികയുടെ വീട്ടിലേക്ക് ഒത്തുതീർപ്പിന്റെ ആഹ്ലാദവുമായി ചെല്ലുംപോലെ. പക്ഷേ, അതൊരു കീഴടങ്ങലാകില്ലേ? പിന്നെ ആ വഴിക്ക് ചിന്തിക്കില്ല.

ഇങ്ങനെ എത്രനാളെന്ന് വെച്ചാ ഇരുകരകളിൽ? ഒരുപക്ഷേ, ഇങ്ങനെ പിരിഞ്ഞ് ജീവിക്കാനാവും തന്റെ വിധി.

ലളിതയെ ആദ്യമായി കണ്ടത് ഓർക്കുകയായിരുന്നു അയാൾ.

മുംബൈയിലെ വിവേകാനന്ദ ഹാളിൽ ചെമ്പൈയുടെ സംഗീ

തോത്സവം നടക്കുകയായിരുന്നു. അന്ന് ചിത്രകാരി നജീന നീലാംബര നാണ് ലളിതയെ അയാൾക്ക് പരിചയപ്പെടുത്തിയത്.

"ലളിതേ ഇത് സമദ് പനയപ്പിള്ളി. കഥാകൃത്താണ്."

"അയ്യോ അങ്ങനെയൊന്നുമില്ലാട്ടോ ഇടയ്ക്കൊക്കെ തോന്നുന്ന ഭ്രാന്ത് എവിടെയെങ്കിലുമൊക്കെ കുറിച്ച് വെക്കും."

സംസാരിച്ചപ്പോൾ ലളിത തന്റെ കഥകളൊക്കെ വായിക്കുന്ന കൂട്ട ത്തിലാണെന്ന് മാത്രമല്ല അവൾക്കെന്റെ രചനകളെല്ലാം ഇഷ്ടവുമാണ്.

"കേട്ടോ പനയപ്പിള്ളി ലളിത പോയംസിലൊക്കെ ഇന്ററസ്റ്റഡാണ്. കമലാ ദാസാണ് ഫേവർ പോയറ്റ്."

ഞങ്ങളിങ്ങനെയൊക്കെ സംസാരിച്ച് നില്ക്കുമ്പോൾ വേദിയിൽ ചെമ്പൈ ചില രാഗങ്ങളുടെ ആർഭാടതയിലായിരുന്നു.

പിന്നെയും എവിടെയൊക്കെയോ വച്ച് അയാൾ ലളിതയെ കണ്ടി രുന്നു

ജഹാംഗീർ ആർട്ട് ഗാലറിയിലെ നീന അഗർവാളിന്റെ ഏകാംഗ ചിത്ര പ്രദർശനത്തിന്റെ അന്ന്. വിവേകാനന്ദഹാളിലെ തന്നെ ഗന്ധർവ്വസംഗീത ത്തിന്റെ അന്ന്. മലയാളി അസോസിയേഷന്റന്ന് ചൗപ്പാത്തിയിൽ. ജുഹൂ ബീച്ചിൽ. മലബാർഹില്ലിൽ, ഗേറ്റ്‌വേ ഓഫ് ഇന്ത്യയിൽ...

അങ്ങനെ കൂടിക്കാഴ്ചകളുടെ ആഹ്ലാദമാർന്ന എത്രയോ സന്ധ്യകൾ ദിനങ്ങൾ.

സത്യം പറയാമല്ലോ. പ്രഥമകാഴ്ചയിലേ ലളിതയെ അയാൾക്ക് ഇഷ്ട മായി. ആ ഇഷ്ടമാണ് ലളിതയെ അയാളുടെ ജീവിതത്തിലേക്ക് കൂട്ടുവാനും പ്രേരണയായത്. ലളിതയെ സംബന്ധിക്കുന്ന വിശദാംശങ്ങൾ അയാളോട് അവതരിപ്പിച്ചതും നജീന തന്നെയാണ്. താല്പര്യമെങ്കിൽ കൂടെ കൂട്ടി ക്കൊള്ളുവെന്നും അതിനായി വേണ്ടതൊക്കെ ചെയ്യാമെന്നും നജീന.

"ലളിത അയ്യർ എന്നൊക്കെ കേൾക്കുമ്പോൾ ഒരു നോർത്തിന്ത്യൻ ലുക്കാണല്ലോ? പക്ഷേ, ആൾ അങ്ങനെയൊന്നുമല്ലാട്ടോ. ശുദ്ധമലയാളി യാ." നജീന പറഞ്ഞു.

വാതിലിലാരോ മുട്ടുന്നുണ്ടല്ലോ ആരാകും?

രാവിലെ തുടങ്ങി ഭക്ഷണമൊന്നും കഴിച്ചിട്ടുമില്ല.

മകളുടെ ഫോൺ വന്നപ്പോൾ തൊട്ട് ഓരോന്നാലോചിച്ച്...

വാതിൽ തുറന്നതും വാതിലിനിപ്പുറം ചിരിയുടെ നിറവിൽ മകൾ.

സ്വപ്നം കാണുകയാണോ കണ്ണുരണ്ടും പൂട്ടി തുറന്ന് ഒന്നൂടെ നോക്കി അതെ മകൾ തന്നെ.

"രാവിലെ ഫോൺ ചെയ്തപ്പോൾ പറയാമെന്ന് കരുതിയതാണ്. പക്ഷേ, മമ്മി സമ്മതിക്കണ്ടേ. ഒക്കെ നേരിൽ കാണുമ്പോൾ അനുഭവി ച്ചാൽ മതിയെന്നാ പറഞ്ഞത്."

"എന്നെക്കാണാനാകില്ല ഡാഡിക്ക് ധൃതി. ലളിത അയ്യർ എവിടെ

എന്നാകും. മമ്മീ."

ഞങ്ങൾക്ക് മുന്നിലേക്ക് കുനിഞ്ഞ ശിരസ്സുമായി നടന്നടുക്കുകയാണ് ലളിത.

ഇനി എന്തോന്ന് കഥ.

ലളിതയും അപർണ്ണയുമൊക്കെ എത്തിയല്ലോ. ഇനി അവരുമൊത്തുള്ള ജീവിതമല്ലേ വലുത്.

ജീവിതത്തിന്റെ ശിഷ്ടപാഠങ്ങളിലേക്ക് ഞങ്ങളങ്ങനെ ഐശ്വര്യമാർന്ന് പ്രവേശിച്ചുകൊള്ളട്ടെ.

കിനാവുകൾ

അവൾക്ക് പൂച്ചക്കണ്ണുകളും സ്വർണ്ണത്തലമുടിയുമാണുണ്ടായിരുന്നത്. വിദേശികളെ ഓർമ്മപ്പെടുത്തുന്ന തൊലിമിനുപ്പും.

നാഫില അവളുടെ പ്രകൃതം കൊണ്ടെന്നപോലെ കുസൃതികൾ കൊണ്ടും മറ്റു കുട്ടികളിൽനിന്ന് വ്യത്യസ്തയായിരുന്നു.

ഞങ്ങൾ അദ്ധ്യാപകർക്കും സഹവിദ്യാർത്ഥികൾക്കുമൊക്കെ നാഫില ഇല്ലാത്ത ക്ലാസ് മുറി സങ്കല്പിക്കാനേയാവില്ല. അത്രയേറെ ആഹ്ലാദകരമായിരുന്നല്ലോ ഞങ്ങൾക്കവളുടെ സാന്നിദ്ധ്യം.

"മാഷേ ഈ ആകാശമൊക്കെ കീഴെയും ഭൂമി മേലേയുമായാൽ കാണാനെന്ത് രസമാകും. ആളുകളും കാറും ബസുമൊക്കെ തലകീഴായങ്ങനെ നീങ്ങുക. മലയൊക്കെ മുഴുത്ത കുരുപോലെ. മഴ താഴെ നിന്ന് മേലോട്ട്." ഒരിക്കലവൾ പറഞ്ഞു.

അവളിത്രയും പറഞ്ഞതും ക്ലാസ് മുഴുവൻ ചിരിക്കുകയായിരുന്നു. ഗൗരവമൊക്കെ വെടിഞ്ഞ് താനും അന്നാ ചിരിയിൽ പങ്ക് കൊള്ളുകയായിരുന്നു.

"കൊള്ളാമല്ലോ നാഫിലേ നിന്റെ കിനാവുകൾ."

"അല്ല മാഷേ എന്നുമൊരു കാഴ്ച തന്നെയായാലത് ബോറല്ലേ?"

അപ്പോ ക്ലാസ് ലീഡർ അബ്ദുൾ ഹസ്സൻ എഴുന്നേറ്റ് നിന്ന് പറഞ്ഞത് മാഷേ നാഫിലയ്ക്ക് വട്ടാണെന്നാണ്.

അന്നവൾ കരഞ്ഞു കൂട്ടിയതിന് കണക്കില്ല.

അന്ന് താൻ ഹസ്സനെ കുറെ ശകാരിച്ചു. ഹസ്സൻ ക്ലാസിലെ മിടുക്കനായ കുട്ടിയാണ്. പോരാത്തതിന് ക്ലാസ് ലീഡറും.

എന്നുമൊരു കാഴ്ചയായത് കൊണ്ടാകണം നാഫില ഒരിക്കലീ ലോകത്തോട് തന്നെ പിണങ്ങിപ്പോയത്.

അന്ന് പ്രിയപ്പെട്ടവരാരോ മരിച്ചപോൽ താനെത്രയോ കരഞ്ഞു...

ആരായിരുന്നു തനിക്ക് നാഫില? പ്രിയപ്പെട്ട ശിഷ്യയോ പിറക്കാതെ പോയ കുഞ്ഞനിയത്തിയോ.

പിന്നെയൊരിക്കൽ അവളുടെ ഉമ്മ ക്ലാസിൽ വന്ന് പറഞ്ഞു: "വീട്ടിലെത്തിയാൽ ഈ കുട്ടിക്ക് വായിൽ നാവുണ്ടോയെന്ന് സംശയം തോന്നും മാഷേ.."

"എന്നാലും മാഷെക്കുറിച്ച് പറയുമ്പോ അവൾക്ക് ആയിരം നാവാ..."

എന്തേ ഇപ്പോൾ നാഫിലയെക്കുറിച്ചോർക്കാൻ..

രാത്രിയൊരുപാട് വൈകിയിരിക്കുന്നല്ലോ.

എന്റെ നെഞ്ചകവും ശക്തിയായി വേദനിക്കുന്നുണ്ടല്ലോ.

താനും നാളെ ആരുടെയൊക്കെയോ ഓർമ്മകളിൽ......

ഇല്ല. എനിക്കിനി ഒരു വരി പോലും എഴുതാനാകില്ല. മാപ്പ് വായനക്കാരാ മാപ്പ്.

ഈ കഥയ്ക്കോ എനിക്കോ ഇങ്ങനെയൊരന്ത്യം ഞാനൊരിക്കലും പ്രതീക്ഷിച്ചിരുന്നതുമല്ലല്ലോ.

കുമിളകൾ

അച്ഛന്റെ ഉച്ചത്തിലുള്ള സംസാരം കേട്ടാണ് ഉണർന്നത്. പുറത്തെ മഴയിലേക്ക് ഇറങ്ങുമ്പോൾ അച്ഛൻ പറയുന്നത് കേട്ടു. "അവർ രാവിലെ എത്തുമെന്നാണ് പറഞ്ഞിരിക്കുന്നത്."

അമ്മയും നേരത്തെ ഉണർന്നിരിക്കുന്നു. സാധാരണ ഉച്ചയോടടുപ്പിച്ചാകും അവർ ഉണരുക. ഉണർന്നാലുടനെ ചായ കിട്ടണം. അല്ലെങ്കിൽ വഴക്കും ശകാരവുമൊക്കെയാവും.

എഴുന്നേറ്റ് അടുക്കളയിലേക്ക് നടന്നു. അമ്മക്ക് ചായ തയ്യാറാക്കേണ്ടേ? മെയ്യനങ്ങിയൊന്നും ചെയ്ത് ശീലമില്ലല്ലോ.

കുറച്ച് കഴിഞ്ഞപ്പോൾ അച്ഛൻ എത്തി. മഴയിൽ മുണ്ട് പാതിയും നനഞ്ഞ് വിറച്ചുകൊണ്ട്. വലതുകൈയിൽ തൂക്കിപ്പിടിച്ചിരുന്ന പ്ലാസ്റ്റിക് സഞ്ചിയും നനഞ്ഞിരുന്നു. സഞ്ചിയിൽ വരുന്നവർക്ക് വിളമ്പാനുള്ള പലഹാരങ്ങളുണ്ടാകും. ഇതൊക്കെ ആരുടെയെങ്കിലും കൈയിൽനിന്നും വായ്പ വാങ്ങിയതുകൊണ്ട് സംഘടിപ്പിച്ചതാകും. അല്ലാതെ അച്ഛന്റെ കൈയിലൊന്നും ശേഷിച്ചിരിപ്പില്ലല്ലോ. മാസന്തോറും കിട്ടുന്ന പെൻഷൻ നിത്യ ചെലവിന് പോലും തികയില്ല. ചിലപ്പോഴൊക്കെ ഒരു സിഗരറ്റ് വലിക്കാൻ പോലും അച്ഛൻ ബുദ്ധിമുട്ടുന്നത് കാണാം. പാവം അച്ഛൻ തനിക്ക് വേണ്ടി എത്രയോ കഷ്ടപ്പെടുന്നു. അച്ഛനെക്കുറിച്ചോർക്കുമ്പോഴൊക്കെ കണ്ണുകൾ നിറയാൻ തുടങ്ങും.

പിന്നെയുള്ളത് ഒരു ഏട്ടനാണ്. രാത്രിയാണ് ഏട്ടന് ജോലി. രാവിലെ ഉറക്കച്ചടവുള്ള മുഖവുമായി വന്ന് കയറും. ഉടുത്തതുപോലും മാറാൻ നേരമുണ്ടാകില്ല കിടക്കയിലേക്ക് ചരിയാൻ. ഇതിനിടയിൽ എന്തെങ്കിലും കഴിച്ചെങ്കിലായി. പകൽ മുഴുക്കെ ഉറക്കം. അങ്ങനെ പകൽ രാത്രിയും രാത്രി പകലുമാകുന്നു ഏട്ടന്.

വല്ലപ്പോഴുമെത്തി ലഭിക്കുന്ന ഒഴിവ് ദിവസങ്ങളിൽ രാവേറെ ചെല്ലുന്നതുവരെ ഏട്ടനെന്തോ വായിക്കുന്നതും കുത്തിക്കുറിക്കുന്നതുമൊക്കെ കാണാം. ഏട്ടന് നിരാശയാണ്. എഴുതുന്നതൊന്നും അച്ചടിച്ച് വരുന്നില്ലെന്ന് പറഞ്ഞ്. ദിവസവും പോസ്റ്റുമാനെ ചോദിക്കും. ഏട്ടൻ ഞങ്ങളോട് ആകെ ചോദിക്കുന്നതിതാണ്. വന്നില്ലെന്ന് പറയുമ്പോഴുള്ള ഏട്ടന്റെ മുഖഭാവം..

എഴുതുന്നത് മടങ്ങിവന്നാൽ ഏട്ടനിരുന്ന് കരയുന്നത് കാണാം. ഒരു പക്ഷേ, അന്ന് ഭക്ഷണവും കഴിച്ചില്ലെന്ന് വരും.

ഏട്ടൻ എന്തിനാകും ഈ കാര്യത്തിലൊക്കെ ഇത്രയധികം വേദനിക്കുന്നതെന്ന് ആലോചിച്ചിട്ടുണ്ട്.

രണ്ട് മാസങ്ങളോളമാകുന്നു ഏട്ടൻ വീട്ടിലെന്തെങ്കിലും തന്നിട്ട്. മനപൂർവ്വമാകില്ലെന്ന് അറിയാം. ചോദിച്ചാൽ, കിട്ടിയാൽ ഇവിടെതരാതെ എവിടെയാ കൊണ്ടുപോയി കൊടുക്കുക എന്നാകും ഉത്തരം.

ഏട്ടനും അച്ഛൻ പെണ്ണിനെ തിരക്കുന്നുണ്ട്. പക്ഷേ, ഈ കാര്യത്തിലൊക്കെ ഏട്ടന് വല്യ വല്യ സങ്കല്പങ്ങളാ ഉള്ളത്. പെണ്ണ് കാഴ്ചയിൽ സുന്ദരിയാകണം. ബിരുദമുണ്ടായിരിക്കണം. അതിനൊക്കെ തക്ക എന്ത് യോഗ്യതയാ ഏട്ടനുള്ളത്? പത്താംതരംപോലും പാസാകാത്ത വിദ്യാഭ്യാസം. സൗന്ദര്യവും കമ്മി. സ്വന്തമെന്ന് പറയുവാൻ ഒരു വീട് പോലുമില്ല. അത്രയൊന്നും തൃപ്തികരമല്ലാത്തൊരു ജോലിയും. നിത്യച്ചെലവിനാണെങ്കിൽ നന്നെ നരകിക്കേണ്ടി വരുന്നു. വല്ലപ്പോഴുമെഴുതി പത്രത്തിൽ പേരച്ചടിച്ച് വരുന്നതാകുമോ ഏട്ടൻ ഉദ്ദേശിക്കുന്ന യോഗ്യത.

രക്ഷയുടെ കരകാണണമെന്ന് ആഗ്രഹമുള്ളതു കൊണ്ട് ഗൾഫിൽ പോകണമെന്നൊക്കെ ഏട്ടനെ ഉപദേശിച്ചു നോക്കി. എല്ലാവരും കൂടി തന്നെ ഒറ്റപ്പെടുത്തുന്നുവെന്ന ഭാവമാകും അപ്പോൾ ഏട്ടന്.

വർഷങ്ങൾ നീണ്ട അദ്ധ്വാനത്തിനിടയിൽ അച്ഛനുമൊന്നും നേടാനായില്ലല്ലോ, നാട്ടുകാരുടെയും സഹപ്രവർത്തകരുടെയും ബഹുമാനമല്ലാതെ.

'ഇക്കാര്യവും എങ്ങനെയൊക്കെയാകുമോ ആവോ?"

അങ്ങനെയൊന്നും പറയല്ലേ ലക്ഷ്മിയെന്ന് അമ്മയോട് പറയുമ്പോൾ അച്ഛനിപ്പോൾ കരയുമെന്ന് തോന്നി. പ്രതീക്ഷിച്ച പോലെ അവർ വന്നില്ല. അവർക്ക് വേറെ ഏതോ കാര്യം തരമായിട്ടുണ്ടത്രെ.

അനുഭവങ്ങൾ ഇത്രയേറെ ക്രൂരമായിരുന്നിട്ടും എല്ലാം ദൈവഹിതമെന്നാകും അച്ഛൻ വിശ്വസിക്കുക. വീട് ഇപ്പോൾ നിശ്ശബ്ദമാകുന്നു. ഒരു മരണഗൃഹത്തിന്റെ ഛായയാണ് ഇപ്പോൾ വീടിന്.

"സമയമായിട്ടുണ്ടാകില്ല..."

ഓരോ കാര്യങ്ങളുടെയും ഒടുവിൽ അച്ഛൻ പറയാനുള്ളത്, തന്നെ തന്നെ സ്വയം ആശ്വസിപ്പിക്കാനെന്നവണ്ണം.

പെൺപിഴവുകൾ

ആ ബസ്സ്റ്റോപ്പിൽ നില്ക്കുന്ന കറുത്ത ബ്ലൗസും കറുത്ത ബോർഡറുള്ള തൂവെള്ള സാരിയും ധരിച്ച സ്ത്രീയെ ശ്രദ്ധിച്ചോ? അവരൊരു അഭിഭാഷകയാണ്. നമുക്കവരെ രാധിക രവീന്ദ്രനെന്ന് വിളിക്കാം. അങ്ങനെയുള്ള ഒരു പേരാവാം അവർക്ക് അനുയോജ്യം.

അവരുടെ കണ്ണടയ്ക്ക് പിന്നിൽ ഒരു രാത്രി മുഴുവൻ ഉറക്കമിളച്ചതിന്റേതായൊരസ്വാസ്ഥ്യം കാണാനുണ്ട്.

തികച്ചും അസ്വസ്ഥ എന്ന മട്ടിലാണവരുടെ നില്പും.

രാധിക രവീന്ദ്രനാഥിന് സ്വന്തമായൊരു വാഹനമുള്ളതല്ലേ? അതിലല്ലേ അവർ നിത്യവും കോടതിയിൽ പോയിക്കൊണ്ടിരുന്നത്. രണ്ടും ശരി തന്നെ.

പക്ഷേ, ഇന്നവരുടെ വാഹനത്തിന് ആരോ നിശ്ചയിച്ചുറപ്പിച്ച മട്ടിൽ മൈനറല്ലാത്തൊരു ദീനം.

അങ്ങനെ രാവിലെ മുതല്ക്കേ തുടങ്ങിയിരിക്കുന്നു അവരുടെ സ്വസ്ഥതകളിന്മേലുള്ള ഭീഷണി. തുടക്കം പിഴച്ചാൽ ഒടുക്കവും പിഴച്ചെന്നല്ലേ? അങ്ങനെയാകുമോ തന്റെ ഇന്നത്തെ അനുഭവങ്ങളെന്നും അവർ ശങ്കിക്കാതിരിക്കുന്നില്ല.

വളരെ പ്രമാദമായ ഒരു കേസാണ് ഇന്നവർക്ക് കൈകാര്യം ചെയ്യേണ്ടത്. നാടുമുഴുക്കെ പെൺവാണിഭം. ഒരു പെൺകുട്ടിയെ എട്ടും പത്തും പേർ അനുഭവിക്കുന്നതുമായ അവസ്ഥയിൽ ഈ കേസത്ര പ്രസക്തമല്ലെന്നും അവർക്കറിയാം.

എന്നാലും ഒരു പ്രതിയേയും തള്ളിപ്പറയാൻ നിയമം പഠിച്ചവർക്കാകുമോ? നിയമം നിത്യവൃത്തിയാക്കിയവർക്ക് പ്രത്യേകിച്ചും.

ലോകം നാരികളാൽ നിറയുകയും എന്നിട്ടവർ എണ്ണത്തിൽ ന്യൂനപ

ക്ഷമായ പുരുഷന്മാരെ തങ്ങളുടെ കാമപൂർത്തീകരണത്തിനായ് ഉപയോഗിക്കുകയും ചെയ്യുന്ന ഒരവസ്ഥ. അന്ത്യനാളിന്റെ അടയാളമായി പറയുന്നുണ്ടെന്നൊരിക്കൽ ഗുമസ്തൻ ആന്റണി അന്തേർ പറഞ്ഞിരുന്നതു രാധിക ഓർത്തു.

നാട്ടിൽ നടക്കുന്ന പെൺവാണിഭമൊക്കെ ഈ അർത്ഥത്തിലാണോ അറിയേണ്ടത്? അങ്ങനെയാണെങ്കിൽ ഈ ആണുങ്ങളൊക്കെ നിരപരാധികളാകില്ലേ?

വേണ്ട അങ്ങനെയൊക്കെ ചിന്തിക്കുന്നത് ഒരു പെണ്ണായി പിറന്ന തനിക്കൊട്ടും ഭൂഷണമല്ല. അത് താൻ തന്നോടും തന്റെ വർഗ്ഗത്തോടും കാട്ടുന്ന നീതികേടാകും.

പുരുഷന്മാർക്കാണ് ഇങ്ങനെയൊരവസ്ഥയെങ്കിൽ അവരേതൊക്കെ രീതിയിൽ അതിനെ ന്യായീകരിക്കും. പാവങ്ങൾ പെണ്ണുങ്ങൾ തന്നെ.

ഈ കേസ് രാധിക എടുക്കേണ്ടെന്ന് പറഞ്ഞു പലരും ഉപദേശിച്ചിരുന്നതാണ്.

തനിക്കുമൊരമ്മയുണ്ടായിരുന്നതല്ലേ? അവരിന്ന് ഒരോർമ്മയാണെങ്കിൽക്കൂടി.

ഒരു ദിനം രാവിലെ നാരായണിയമ്മ തന്റെ മോളുടെ അപമാനത്തെക്കുറിച്ചന്വേഷിക്കണമെന്ന് പറഞ്ഞു കാലിൽ വീണ് കരഞ്ഞപ്പോൾ മറ്റൊന്നും ആലോചിക്കാനുണ്ടായിരുന്നില്ല രാധികയ്ക്ക്.

പിന്നെ കഥാകാരി ഗ്രേസിഗോമസും സ്ത്രീവിമോചക പ്രസ്ഥാനത്തിന്റെ പ്രതിനിധിയായ അനിതയും കവയിത്രി കുമാരിയുമൊക്കെ വിളിച്ചും നേരിട്ടുമൊക്കെ ആവശ്യപ്പെട്ടപ്പോൾ തീർച്ചയാക്കുകയായിരുന്നു. ഈ കേസെങ്ങനെയെങ്കിലും ജയിക്കണമെന്ന്. ആ പാവം സ്ത്രീയുടെ മകളെ ഈ അപമാനത്തിന്റെ താഴ്ചകളിൽ നിന്നെങ്ങനെയെങ്കിലും രക്ഷിക്കണമെന്ന്.

രാധിക രവീന്ദ്രനാഥ് ബസ്സ്റ്റോപ്പിൽ തന്നെ നില്ക്കട്ടെ. ഇനി നമുക്ക് നഗരപ്രാന്തത്തിലുള്ള ഒരിടത്തരം വീട്ടിലേക്ക് പോകാം. അവിടൊരു നാരായണിയമ്മ. അവരുടെ ഒരേയൊരു മകളാകുന്നു ലക്ഷ്മി. നാരായണിയമ്മയുടെ ഭർത്താവായ വാസുദേവൻ ഒരു വാഹനാപകടത്തിൽ എഴുപത്തിരണ്ടിലോ മറ്റോ മരിച്ചു. അപ്പോ ലക്ഷ്മിക്ക് പതിനെട്ട് തികയുന്നേ ഉണ്ടായിരുന്നുള്ളൂ.

ആരും അഭയമായിട്ടില്ലാത്ത അവസ്ഥ.

വാസുദേവൻ കണ്ണടയ്ക്കുന്നേരം ഏറെ വേദനിച്ചിരിക്കുക തന്റെ കുടുംബത്തിന്റെ താനില്ലാത്ത അവസ്ഥയെക്കുറിച്ചോർത്തതാകാം...

വാസുദേവാ തന്റെ മോളിന്നു പിഴച്ചിരിക്കുന്നു.

ലക്ഷ്മി പിഴച്ചെന്ന് അറിഞ്ഞു കവയിത്രി കുമാരി നാരായണിയമ്മയുടെ വീട്ടിലെത്തുകയും പത്രക്കാരുടെ ക്യാമറയ്ക്കു മുന്നെവെച്ച് അവരെ കെട്ടിപ്പിടിച്ചു കരയുകയും ചെയ്തപ്പോൾ നാരായണിയമ്മ അവരുടെ അവിവേകം കൊണ്ടോ വിവേകം കൊണ്ടോ ചോദിച്ചത്രെ. നിങ്ങളെന്നെ കെട്ടി

പ്പിടിച്ച് കരഞ്ഞതുകൊണ്ട് എനിക്കെന്റെ മോൾക്ക് നഷ്ടപ്പെട്ടത് തിരിച്ചുകിട്ടുമോയെന്ന്.

ഈ സംഭവശേഷമാണ് രാഷ്ട്രീയക്കാർക്കും സാംസ്കാരികനായകന്മാർക്കുമൊക്കെ നാരായണിയമ്മയോടും ലക്ഷ്മി സംഭവത്തോടും കടുത്ത അറപ്പും വെറുപ്പുമായത്.

പരലോകത്തുപോലും വാസുദേവന്റെ മോളുടെ പിഴവ് തനിക്ക് ശാന്തിയാകില്ലല്ലോ!

ജീവിച്ചിരുന്നെങ്കിൽ ഒരു ജന്മം മുഴുക്കെ നീണ്ടൊരു ആധിയാകുമായിരുന്നില്ലേ തനിക്കിത്.

ഇതൊക്കെ അറിഞ്ഞുകൊണ്ടാകുമോ വാസുദേവാ ദൈവം തന്നെ മദ്ധ്യവയസ്സിലെത്തുംമുന്നേ ഈ ലോകത്തുനിന്ന് തിരികെ വിളിച്ചോണ്ടുപോയത്. വാഹനാപകടമൊക്കെ നിമിത്തം മാത്രം.

നമ്മൾ രാധിക രവീന്ദ്രനാഥിനെ മറക്കുന്നു.

അവൾ കോടതിയിലേക്ക് പോകാതെ, ഒരു ഓട്ടോപിടിച്ചു അവരുടെ വീട്ടിലേക്ക് തിരിച്ചെത്തുകയായിരുന്നു. അതെന്തു കൊണ്ടാണെന്നൊന്നും അറിയില്ല.

അവർ വീട്ടിലെത്തിയനേരം ഫോൺ നിർത്താതെ ഒച്ചവച്ചിരുന്നു.

കോടതിയിലേക്ക് പോകാതെ രാധിക രവീന്ദ്രനാഥ് എന്തിനാകും വീട്ടിലേക്ക് തിരിച്ചുവന്നത്. വീട്ടിലേക്ക് തിരിച്ചു വന്നനേരം അവരെ വീട്ടിലേക്ക് ഫോൺ ചെയ്തതാരാകും? ആ ഫോൺ സന്ദേശമൊരു ഭീഷണിയായിരുന്നോ? ചോദ്യങ്ങൾക്കൊക്കെ ഉത്തരമുണ്ട്. ഉത്തരം മൗനമാണെങ്കിലോ ഉത്തരമേകേണ്ട രാധിക രവീന്ദ്രനാഥനിപ്പോൾ ജീവിച്ചിരിപ്പില്ലെന്ന് വന്നാൽ! അവരീയിടെയല്ലേ അവരുടെ കിടപ്പുമുറിയുടെ വിശാലതയിൽ കെട്ടിത്തൂങ്ങിയത്.

അപ്പോഴവരുടെ ജീവിതഹത്യയുടെ പിന്നാമ്പുറങ്ങൾ.. അതൊന്നുമെന്റെ ബാദ്ധ്യതയല്ലല്ലോ.

കാരണമവരെന്റെ ബന്ധുവോ സുഹൃത്തോ അല്ല. ഒരു നോക്കിലോ ഒരു വാക്കിലോ ഞാനറിഞ്ഞ രാധിക രവീന്ദ്രനാഥ്.

അതുതന്നെയാകട്ടെ നേരായി മാറുന്നതെന്നാണെന്റെ പ്രാർത്ഥന.

ഉണരാതെ പോകുന്ന നിലവിളികൾ

ദേവൂന്റെ ഭർത്താവിനെക്കുറിച്ച് പറയാതിരിക്കുകയാണ് ഭേദം. അത്രയ്ക്ക് വൃത്തികെട്ടവനാണ് അയാൾ, അയാളുടെ തെറിവാക്കുകൾ കേട്ടാകും ഞങ്ങളുടെ അങ്ങാടി മിക്കവാറും ഉണരുക. അന്തിനേരങ്ങളിൽ ഏതെങ്കിലും അശ്ലീലഗാനത്തിന്റെ അകമ്പടിയോടെ അയാൾ വേച്ചു വേച്ച് നടന്നുപോകുന്നത് കാണാം. ഞങ്ങളുടെ പ്രദേശത്തുണ്ടാകാറുള്ള ഏത് ചെറുവഴക്കുകൾക്ക് മുന്നിലും അയാളെ കാണാം. തന്റെ തികച്ചും ദുർബ്ബലമായ ശരീരവുമായി.

ദേവൂ. ഒരു പാവം പെണ്ണ്. അയൽവീടുകളിൽ അലക്കിയും വീട്ടുജോലികൾ ചെയ്തുമാണ് അവൾ കഴിയുന്നത്. പലപ്പോഴും പരാതികളാകും അവൾക്ക് പ്രതിഫലമായി കിട്ടുക. അവൾ അലക്കുന്ന വസ്ത്രങ്ങൾക്ക് വേണ്ടത്ര വെൺമയില്ല. കറികൾക്ക് വേണ്ടത്ര സ്വാദില്ല, മുറ്റമടിച്ചിട്ട് ചവറൊക്കെ മുറ്റത്ത് തന്നെയുണ്ട്. ഇങ്ങനെ നീളുന്നു ദേവൂന്റെ പ്രവൃത്തികളെക്കുറിച്ചുള്ള പരാതികളുടെ പട്ടിക. ദേവൂ എല്ലാം സഹിക്കുകയായിരുന്നു. നാണിക്ക് വേണ്ടി.

നാണി. ദേവൂന്റെ ഒരേയൊരു മകൾ. ദേവു മൂന്ന് പെറ്റതാണ്. ആദ്യത്തെ രണ്ടുപേരെയും ദൈവം തിരിച്ചുവിളിച്ചു. ജീവിച്ചത് നാണി മാത്രം. അതുകൊണ്ടു തന്നെ നാണിയായിരുന്നു ദേവൂന്റെ ജീവിതത്തിലെ ആശ്വാസവും ആഹ്ലാദവുമൊക്കെ.

ഭർത്താവ് നാണിയെ പുന്നാരിക്കുന്നതും താലോലിക്കുന്നതുമൊക്കെ ദേവൂ സ്വപ്നത്തിലേ കണ്ടിട്ടുള്ളൂ. സ്വപ്നത്തിൽ നിന്നുണർന്ന് നോക്കുമ്പോൾ ഛർദ്ദിച്ച് അവശനായി കിടക്കുകയാകും അയാൾ. നാണിയെ സംബന്ധിച്ചിടത്തോളം അച്ഛൻ ജീവിച്ചിരിക്കുന്ന പ്രേതം മാത്രമായിരുന്നു.

കഴിഞ്ഞ കുറെ ദിവസങ്ങളായി നാണി ഒരു സൈക്കിളിന് നിർബ്ബ

സ്ഥിക്കുന്നു. അയൽവീടുകളിലെ കുട്ടികൾക്കൊക്കെ സ്വന്തമായി സൈക്കിളുണ്ട്. അത് കാണെക്കാണെ നാണിയുടെ സങ്കടം ഇരട്ടിക്കും. അവൾ ദേവൂന് മുന്നിൽ വന്നുനിന്ന് സൈക്കിളിന് വേണ്ടി വാശിപിടിച്ച് കരയുവാൻ തുടങ്ങും.

ദേവൂനും ആഗ്രഹമുണ്ടായിരുന്നു നാണിക്ക് സ്വന്തമായി ഒരു സൈക്കിൾ വാങ്ങിക്കൊടുക്കണമെന്ന്, അങ്ങനെയാണ് നാണിക്ക് ചെയിൻ തീർക്കാൻ മിച്ചം വെച്ചിരുന്നതെടുത്ത് നഗരത്തിൽ നിത്യവും പോയി വരാറുള്ള ശിവൻകുട്ടിയെ കൊണ്ട് ഒരു സൈക്കിൾ വാങ്ങിപ്പിച്ചത്. സൈക്കിൾ കിട്ടിയപ്പോൾ നാണിയുടെ മുഖത്ത് കണ്ട ആഹ്ലാദം ഒന്ന് കാണേണ്ടത് തന്നെയായിരുന്നു. ഭർത്താവിനോടും അവൾ ഇക്കാര്യമൊന്നും പറഞ്ഞില്ല. അതിന് അങ്ങേർക്ക് ബോധമുണ്ടായിട്ട് വേണ്ടേ?

സൈക്കിൾ ചവിട്ടുന്ന നാണിയെയും കണ്ടുകൊണ്ടാണ് അവളിന്ന് വീട്ടിൽ നിന്നിറങ്ങിയത്. അത്തരമൊരു ദൃശ്യത്തിൽ നിന്നിറങ്ങി നടക്കുവാൻ മനസ്സുണ്ടായിട്ടല്ല. വൈകി ചെന്നാൽ വീട്ടുകാർ പിണങ്ങും. അടുത്തവീട്ടിലെ ആമിനുമ്മയെ വിളിച്ച് ഒരു കണ്ണ് നാണിക്ക് മേലുണ്ടാകണേയെന്ന് പറഞ്ഞു. അവർ അവൾക്ക് ഒരു സഹായത്തിനും ഉപകാരത്തിനുമായി കാണും. ഭർത്താവപ്പോൾ വീട്ടിലുണ്ടായിരുന്നില്ല. കള്ള് കുടിക്കുവാൻ പോയി കാണും. അല്ലെങ്കിൽ വഴക്കെന്തെങ്കിലും കാണും.

നാട്ടുകാർ വെറുത്തിട്ടും വീട്ടുകാർ വെറുത്തിട്ടും ആമിനുമ്മയ്ക്ക് തന്നെ വെറുക്കുവാൻ കഴിഞ്ഞില്ലല്ലോയെന്നവൾ നന്ദിയോടെയും അതിലേറെ കൃതജ്ഞതയോടെയും ഓർത്തു. തന്റെ ഭർത്താവ് കുടിയനാകണമെന്ന് ലോകത്ത് ഏതെങ്കിലും ഭാര്യ ആഗ്രഹിക്കുമോ? എത്ര ക്രൂരനായിരുന്നാലും ദേവു എത്ര ഉപദേശിച്ചതാണ്, ശകാരിച്ചതാണ്. സ്നേഹപൂർവ്വവും അല്ലാതെയും. ഇന്ന് നന്നാകും നാളെ നന്നാകുമെന്ന പ്രതീക്ഷയിൽ കാലം കഴിക്കുന്നു. ഏത് നിർഭാഗ്യത്തിന്റെ നിമിഷത്തിലാണ് ഈ മനുഷ്യൻ തന്റെ കഴുത്തിൽ താലി ചാർത്തിയതെന്നോർത്ത് ചില നേരങ്ങളിൽ ദേവു സ്വയം ശപിക്കാറുണ്ട്.

വൈകുന്നേരം ജോലികഴിഞ്ഞ് വരുമ്പോൾ അവൾ ദൂരെ നിന്നേ കണ്ടു. നാണിയെയും തോളിലേറ്റി നടക്കുന്ന ഭർത്താവിനെ അവൾക്കത് വിശ്വസിക്കാനായില്ല. താനീ കാണുന്നത് സത്യമാണോ? സ്വപ്നത്തിൽ മാത്രമല്ലേ ദേവൂ ഇത്തരമൊരു ദൃശ്യത്തിന് സാക്ഷിയായിരുന്നിട്ടുള്ളൂ. ആയുസ്സിൽ ഒരിക്കൽപ്പോലും കാണുമെന്ന് കരുതാത്ത രംഗം. ഈശ്വരാ ഇപ്പോഴാണ് ഈ മനുഷ്യൻ തനിക്കൊരു ആഹ്ലാദമാകുന്നത്.

ഭർത്താവിന് പിന്നിൽ ചെന്നുനിന്ന് അവൾ അയാളുടെ ശ്വാസം പിടിച്ചു നോക്കി. ഇല്ല. കള്ളിന്റെ നാറ്റമില്ല. കള്ളിന്റെ നാറ്റമില്ലാതെ ഈ മനുഷ്യനെ ഇതുവരെ കാണാനൊത്തിട്ടില്ലല്ലോ ദേവൂന്.

'എന്താ പതിവില്ലാതെ മകളെയും തോളിൽ കിടത്തി.'

അത്ഭുതത്തോടെയും അതിലേറെ ആഹ്ലാദത്തോടെയുമാണ് അവളാ ചോദ്യം ഭർത്താവിനോട് ചോദിച്ചത്.

തോളിൽ മയങ്ങുകയായിരുന്ന നാണിയെ ഉണർത്താതെ ദേവൂന്റെ കൈകളിൽ ഏല്പിച്ചുകൊണ്ട് അയാൾ പറഞ്ഞു:

“ഞാൻ നീ എങ്ങനെയെങ്കിലുമൊന്നു വന്നാൽ മതിയെന്ന ചിന്തയിലായിരുന്നു.”

“ങും എന്താ കാര്യം?”

“നീ ഇന്നലെ നാണിക്ക് വേണ്ടി വാങ്ങിയ ആ സൈക്കിളുണ്ടല്ലോ? അത് ഞാനങ്ങ് വിറ്റു. കൈയിൽ കാശൊന്നുമില്ലാതിരുന്നതുകൊണ്ട്.”

“ദുഷ്ടൻ!” അവൾ പറഞ്ഞുപോയി.

സൈക്കിൾ, സൈക്കിളെന്ന് പറഞ്ഞു നാണിയുണർന്ന് കരയുവാൻ തുടങ്ങി. അവൾക്കൊരു ആശ്വാസമേകാനാകാതെ വിഷമിക്കുകയായിരുന്നു ദേവു അപ്പോൾ.

അയാൾ ധൃതിപിടിച്ച് പുറത്തേക്കിറങ്ങുകയും.

പുനർജ്ജന്മം

ഇതേ പേരിലൊരു സിനിമയുള്ളതായി അറിയാം. ആ സിനിമ ഈയുള്ളവൻ കണ്ടിട്ടുമുള്ളതാണ്. ഈ കഥ ആ സിനിമയെ സംബന്ധിക്കുന്ന പുനർ വായനയോ മുൻവായനോ അല്ല. പിന്നെ എന്തിന് ഇങ്ങനെയൊരു ആമുഖമെന്ന് ആലോചിക്കുന്നുണ്ടാകും. പേരിനെച്ചൊല്ലിയുള്ള വിവാദങ്ങൾ പ്രസക്തമായ ഒരു കാലത്ത് ഇങ്ങനെയൊരു ആമുഖത്തിന്റെ ആവശ്യകതയെ അവഗണിക്കാനാവില്ല. ഒരു കഥാകൃത്തിനെ എന്തൊക്കെ വെല്ലുവിളികളാണ് കാത്തിരിക്കുന്നത്. ഇനിയുള്ള കാലം ഇതെത്രയോ ദുഷ്കരമായിരിക്കുമെന്ന പാഠഭേദവുമുണ്ട്.

ഇനി കഥയിലേക്ക് കടന്നൂടേ?

അല്ലെങ്കിൽ കഥ ഇല്ലായ്മകളുടെ അലക്ഷ്യതയിലേക്കോ കുതിക്കേണ്ടത്. തിടുക്കങ്ങളുടെയും വെട്ടിപ്പിടിക്കലിന്റേതുമായ കാലത്ത് വേണ്ടാതീനങ്ങളുടെ വിഴുപ്പലക്കൽ വേണോ എന്നും ചിന്തിക്കേണ്ടതാണ്. വേണ്ടെന്ന് തന്നെയാണ് തീരുമാനം. അതിന് നമുക്കൊട്ട് നേരവുമില്ലല്ലോ.

വനജയുടെ നനഞ്ഞ കണ്ണുകളിലേക്കാകും അയാളെന്നും എത്തുക. എത്തുകയോ എത്തപ്പെടുകയോ ഏതാകും ശരി?

ശരിയോ? അങ്ങനെയൊന്നുണ്ടോ? അങ്ങനെയൊന്ന് അന്യം നിന്നുപോയ വ്യക്തിത്വമല്ലേ ശിവന്റേത്. ശരിയുടെ നേർവരകൾ അയാളുടെ ജീവിതത്തിന് മേലെ ആരും വരച്ചു ചേർത്തിട്ടില്ല. അത് തന്നെയായിരുന്നു അയാളുടെ ജീവിതത്തിലെ തീരാ സങ്കടവും.

വർഷങ്ങളായി ഇത്തരമൊരു കാഴ്ചയുടെ ആവർത്തനത്തിലാണ് ശിവൻ. നിസ്സാരമെന്ന് പറയാവുന്ന കാര്യങ്ങളിലാകും വനജ മിക്കവാറും കണ്ണ് നിറയ്ക്കുക. അടിവസ്ത്രങ്ങളോ കുറവ്. ഉള്ളത് തന്നെ കീറിയും പഴകിയുമിരിക്കുന്നു. ശിവൻ അവളെ പുറത്ത് എവിടെയും കൂട്ടണില്ല.

ഇങ്ങനെ ഒരുവൾ കൂടെയുള്ളതായി മറക്കുന്നു.

കണ്ണീരിന്റെ അകമ്പടിയില്ലാതൊന്നും പറയാൻ വനജയ്ക്കാവില്ല. ചില പ്പോഴൊക്കെ ശിവന് തോന്നാറുണ്ട് ഒരു കണ്ണുനീർപ്പൂവാകും വനജയെ ന്ന്. അതു തന്നെയാണല്ലോ അയാൾക്ക് ബോദ്ധ്യമായ വാസ്തവവും.

ശിവനാകട്ടെ മുറിവേറ്റ മനസ്സോടെയാകും അവളിലേക്ക് എത്തുക. വനജയെ തന്നെക്കാൾ നന്നായി ഉടുപ്പിക്കണമെന്നും തന്നെക്കാൾ നന്നായി ഊട്ടണമെന്നും ഭാര്യാ സ്നേഹമുള്ള ശിവന് ആഗ്രഹമുണ്ട്. അതിനെന്തെ ങ്കിലും കൈയിൽ വേണ്ടേ?

വനജയെ പോറ്റാൻ ഒരതിക്രമത്തിന്റെയും വേലി ചാടാൻ അയാൾ തയ്യാറല്ല. അതിനുള്ള ധൈര്യവും അയാൾക്കില്ല.

അതിക്രമത്തിന്റേതായ കറുത്ത പാടുകളൊന്നുമിതുവരെ അയാളുടെ ജീവിതത്തിലുണ്ടായിട്ടില്ല.

പഴയ പ്രതാപത്തിന്റെ ഇത്തിരിപ്പോന്ന തിളക്കവുമായി നില്ക്കുന്ന ഒരു മാർവാഡിസേട്ടിനെ ചുറ്റിപ്പറ്റിയാകുന്നു ശിവന്റെ കഴിഞ്ഞ ഇരുപത്തി രണ്ട് വർഷത്തെ ജീവിതം.

എന്നിട്ട് നേടിയതോ സേട്ടിന്റെ വിശ്വസ്തനെന്ന വാക്കാലുള്ള ബഹു മതിയും. ഇത്രമാത്രമാണ് ശിവന് ഈ തൊഴിൽ കൊണ്ടുണ്ടായ ഒരേയൊരു മെച്ചം.

എത്രയോ കുറി ശിവൻ സേട്ടുമായി പിണങ്ങിപ്പിരിഞ്ഞിരിക്കുന്നു. അപ്പോഴൊക്കെ സേട്ടു ചോദിക്കുക പിണക്കം എത്ര ദിവസത്തേക്കാകു മെന്നാണ്.

ഒന്നോ രണ്ടോ ദിവസം കഴിയുംമുമ്പെ അനുസരണയുള്ള പൂച്ചക്കു ട്ടിയെപ്പോലെ ശിവൻ പാണ്ടികശാലയിൽ ഹാജരുണ്ടാകും.

പിന്നെ കുറെ നേരത്തേക്ക് ശിവനും സേട്ടും കണ്ടമട്ടില്ല. മിണ്ടാട്ട മില്ല. ശിവന് സേട്ടിനെയും സേട്ടിന് ശിവനെയും പിരിയാനാവില്ല. അങ്ങനെയൊരു ബന്ധമാ അവർ തമ്മിൽ ഉണ്ടായിട്ടുള്ളത്.

ഒരച്ഛന്റെ വാത്സല്യമാ സേട്ട് തനിക്ക് നല്കുന്നതെന്ന് ശിവൻ തന്നെ പറയാറുണ്ട്.

അത് അംഗീകരിച്ചേ പറ്റൂ. താൻ പിടിച്ച മുയലിന് മൂന്ന് കൊമ്പ്. പ്രശ്നം അതുതന്നെ. ഈ പ്രശ്നത്തിന്റെ ആത്മാവിനെ ശിവൻ അറി യാതെ പോകുന്നതാണ് സേട്ടിന്റെ വിജയമെന്നത് തലപുകഞ്ഞാലോചിച്ച് ഉത്തരം തേടേണ്ട പ്രശ്നോത്തരി ഒന്നുമല്ല.

ഒരു വഴക്കാളിയുടെ മുഖവുമായി സേട്ട് ശിവനെ നേരിടുന്നത് അയാൾ അക്കങ്ങളുടെ ലോകത്ത് ആയിരിക്കുമ്പോഴാണ്.

അക്കങ്ങൾ തമ്മിലുള്ള പൊരുത്തവും പൊരുത്തക്കേടും പണ്ടേ ശിവന് പിടിയുള്ള കാര്യമല്ല.

അയാൾ തോറ്റ് തുന്നംപാടിയിട്ടുള്ളതും അക്കങ്ങളുടെ ലോകത്ത് മാത്രമാകും.

പഠിക്കുന്ന കാലത്ത് കണക്ക് വാദ്ധ്യാന്മാരുടെ പ്രീതി നേടാൻ ശ്രമിച്ച്

പരാജിതനായ ഒരേയൊരു വിദ്യാർത്ഥിയും ശിവൻ മാത്രമാകും.

കണക്കിന് പാകമല്ലാത്ത മണ്ടയാകും തന്റേതെന്നായിരുന്നു ഈ പ്രശ്നസംബന്ധമായ ശിവന്റെ സമാധാനം.

എന്നിട്ടും സേട്ടിന്റെ കണക്കപ്പിള്ളയാകുവാൻ യോഗ്യൻ ശിവൻ തന്നെയായിരുന്നു

ചിലപ്പോ ഇല്ലാത്ത വരവും ഇല്ലാത്ത ചെലവുമൊക്കെ എഴുതി. അപ്പോഴൊക്കെയും ഒരു കൈവിറ.

കണക്കിലൊരു ഗതിയുമില്ലാതിരുന്നൊരു ന്യൂട്ടൻ പിന്നീട് അറ്റോമിക് സംഖ്യകൾ കണ്ടെത്തിയതായൊരു പാഠഭാഗം ശിവന്റെ ഓർമ്മയിലുണ്ട്.

നാളെയൊരു ശിവൻ കണക്കിലെന്തെങ്കിലും കാട്ടിക്കൂടെന്നുണ്ടോ? ഇങ്ങനെയൊക്കെ ഓർത്ത് അയാൾ അയാളെ തന്നെ പരിഹസിക്കും മട്ടിൽ ചിരിക്കും.

വനജ ഒരിക്കലും തന്റെ വേദനകൾ കേൾക്കില്ല. അവൾക്ക് എപ്പോഴും അവളുടെ പ്രശ്നങ്ങൾ. അവളുടെ ലോകം...

ഇങ്ങനെ ജീവിച്ചാൽ ശരിയാകുമോ? അതാ ശിവനെയും കുഴക്കുന്നത്. ഇപ്പോ ശിവന് ഒരാഗ്രഹമേയുള്ളൂ. എത്രയും പെട്ടെന്നീ ലോകം വിടുക. അത് കണ്ട ചെറുപ്പക്കാരൊക്കെ ചെയ്യുംപോലെയുള്ള ബോധപൂർവ്വമായ ഒഴിഞ്ഞുപോകലല്ല. തികച്ചും സ്വാഭാവിക മരണം.

അതിന് വല്യ കാലദൈർഘ്യമൊന്നും ഇനി ആവശ്യമില്ലെന്നും ശിവന് അറിയാം

എന്നിട്ട് ഈ ജന്മം നിഷേധിക്കപ്പെട്ട ആഹ്ലാദമൊക്കെ അടുത്ത ജന്മത്തിലെങ്കിലും അനുഭവിക്കുക.

ഉത്തരാധുനികം

കാറിനുള്ളിൽ മന്ദാകിനിയുടെ കരച്ചിൽ മാത്രം ഉണർന്നിരുന്നു.

ബാക്കിയുള്ളവരൊക്കെ ഗാഢനിദ്രയിലെന്ന പോലെ നിശ്ശബ്ദരും.

ഡ്രൈവിങ് സീറ്റിൽ ശിഹാബാണ്.

ഫ്രാൻസിസ് ഡിക്കോത്ത എന്ന സായ്പ് കാറ്റിന്റെ വികൃതിക്കൈകളിൽ നിന്ന് തന്റെ തോളോളം നീണ്ട സ്വർണ്ണത്തലമുടിയെ മോചിപ്പിച്ച് മാടിയൊതുക്കുകയും മെലിഞ്ഞു നീണ്ട വിരലുകൾപോലെ വെളുത്ത് നേർത്ത സിഗരറ്റുകൾ വലിക്കുകയുമായിരുന്നു.

"എനിക്ക് ഹോസ്റ്റലിൽ പോണം."

മന്ദാകിനി കരച്ചിലിനിടെ ഇങ്ങനെ ഒച്ചവച്ചുകൊണ്ടിരുന്നു.

ഡിക്കോത്തയെ നിരന്തരം സിഗരറ്റുകൾ വലിക്കുവാൻ പ്രേരിപ്പിക്കുന്നത് മന്ദാകിനിയുടെ കരച്ചിലാകുമോ? ആവോ അതൊന്നും എനിക്ക് അറിവുള്ള വിഷയമല്ല. ഡിക്കോത്തയുമായി എനിക്കത്ര വലിയ അടുപ്പവുമില്ല.

ശിഹാബ് പറഞ്ഞതനുസരിച്ച് ഡിക്കോത്ത അയാളുടെ നാട്ടിൽ വിഖ്യാതനായ ചിത്രകാരനാണ്. അവന്റെ ഗാലറിയിൽ ഇപ്പോൾ നടക്കുന്ന പ്രദർശനവും ഡിക്കോത്തയുടേതാണ്.

"ഈ യാത്രയുടെ ലക്ഷ്യമെന്താണ്?"

"മന്ദാകിനി ഇങ്ങനെ കരയുന്നത് അപകടമല്ലേ?"

ഈ ചോദ്യങ്ങളെന്നെ വല്ലാതെ ഭയപ്പെടുത്തുന്നുണ്ട്.

പക്ഷേ, ഡിക്കോത്തയോ ശിഹാബോ മന്ദാകിനിയോ എന്റെയീ ഭയത്തെ അറിയുന്നില്ല.

മന്ദാകിനി നഗരത്തിലെ പ്രശസ്തമായ യൂണിവേഴ്സിറ്റിയിൽ റിസർച്ചറാണ്. ആംഗ്ലോ ഇന്ത്യൻ സാഹിത്യത്തിലെ പുതുവഴികളാണ് അവളുടെ ഗവേഷണ വിഷയം.

അവൾ നന്നായി പാടുകയും ചെയ്യും. പാടുന്നത് സിനിമാപ്പാട്ടൊന്നുമല്ല. പാശ്ചാത്യഗാനങ്ങൾ. നഗരത്തിലെ അറിയപ്പെടുന്നൊരു ബാന്റിൽ അവൾ പാടാനും പോകുന്നുണ്ട്. അറിയപ്പെടുന്നൊരു ചിത്രകാരി കൂടിയാണ് മന്ദാകിനി. അവൾ വരച്ച ചിത്രങ്ങളും ശിഹാബ് ഗാലറിയിൽ പ്രദർശിപ്പിച്ചിരുന്നു. ഡിക്കോത്തയ്ക്ക് മുമ്പേയുള്ള പ്രദർശനം അവളുടേതായിരുന്നു. മാധ്യമങ്ങൾക്ക് അന്നവളൊരു ആഘോഷമായിരുന്നു.

പക്ഷേ, എന്തോ എനിക്ക് അവളുടെ ചിത്രങ്ങൾ കുറെ വരകൾക്കും വർണ്ണങ്ങൾക്കും അപ്പുറത്തൊന്നുമല്ല. ഇതെന്റെ കാഴ്ചയുടെ പരിമിതിയാകാം.

“ശിഹാബ് നമ്മൾ എങ്ങോട്ടാണ്?”

അവനെന്റെ ചോദ്യത്തെ അവഗണിക്കുംപോലെ ഏതോ ഉദ്ദേശ്യത്തിൽ കണ്ണിറുക്കി.

മന്ദാകിനി കരച്ചിൽ നിർത്തിയിരുന്നില്ല.

“എനിക്ക് ഹോസ്റ്റലിൽ പോണം.”

അവൾ കരച്ചിലിനിടെ ഒച്ചവച്ചു.

“നായിന്റെ മോളേ.. നിന്നെ ഞാൻ പ്രണയിച്ചതും ഇങ്ങനെയൊരു യാത്ര പ്ലാൻ ചെയ്തതുമൊക്കെ ദേ ഈ ഡിക്കോത്തയെ സുഖിപ്പിക്കാനാ. അയാളിനിയും എന്റെ നാട്ടിൽ വരണം. എന്റെ ഗാലറിയിൽ അയാളുടെ പ്രദർശനമിനിയും നടക്കണം. ബിക്കോസ് ഐ വാൺട് മണി...”

ശിഹാബ് ഇതു പറയുമ്പോൾ ഡിക്കോത്ത അയാളുടെ വെളുത്ത ശരീരത്തിൽ ഒന്നൂടെ സുന്ദരനാകുന്നതായി എനിക്കു തോന്നി.

ശിഹാബിന്റെ വലതു കൈവിരലുകൾക്കിടയിൽ കഞ്ചാവ് നിറച്ച തടിയൻ ബീഡി അതിന്റെ ചുവന്ന തീക്കണ്ണ് പ്രദർശിപ്പിച്ചു.

പള്ളിക്കൂടത്തിന്റെ പടവുകളിൽ യുക്തിവാദം പറഞ്ഞിരുന്ന ലൂസ് പാന്റ്സും ഷർട്ടും ധരിച്ച ഇരുനിറക്കാരനായ മെലിഞ്ഞ പയ്യനായി വർഷങ്ങൾ അത്രയൊന്നും അപ്പുറത്തല്ലാതെ ശിഹാബിനെ എനിക്ക് ഓർത്തെടുക്കാനാകുന്നുണ്ട്. അന്നും അവൻ വിൽസ് വലിച്ചിരുന്നു. അവന്റെ കുടുംബ പശ്ചാത്തലം സമ്പന്നമായിരുന്നെങ്കിലും അവനെന്നും ദരിദ്രനായിരുന്നു. ചിലപ്പോഴൊക്കെ പിച്ചക്കാരെപ്പോലെ അവനെന്നോട് ഒരു സിഗരറ്റിനോ ചായക്കോ ഇരന്നു.

ഞാനാണ് അവനെ നഗരത്തിലെ ചിത്രകാരന്മാരുടെ സൗഹൃദയത്തിലേക്ക് വഴികാട്ടിയത്.

അവനങ്ങനെ താടിയും മുടിയും നീട്ടിയ ചിത്രകാരന്മാർക്കിടയിൽ സ്ഥിര കാഴ്ചയായി. പിന്നെ അവൻ കാട്ടിൽ പോയി. കാട്ടിലൊരു ഹട്ടൊക്കെ തട്ടിക്കൂട്ടി ജീവിക്കുവാൻ ആഗ്രഹിച്ചു. നാട്ടിലെ മനുഷ്യരേക്കാൾ ഭേദമാണ് മൃഗങ്ങളെന്നു പറഞ്ഞു

പിന്നെ അവൻ സൗദിക്ക് പോയി. അവിടൊരു പാവം പിടിച്ച അറബി അവനെ അധികം ശമ്പളം നല്കി രണ്ട് വർഷം പോറ്റി. എന്നിട്ടും ദരിദ്ര

നായിട്ടായിരുന്നു അവന്റെ തിരിച്ചു വരവ്.

പിന്നെയും ഞാൻ അറിഞ്ഞിരുന്നു. അവനൊരു മദ്ധ്യവയസ്കയായ മദാമ്മ പോറ്റമ്മയും ഭാര്യയുമായുണ്ടെന്ന്. അവനിപ്പോൾ ലണ്ടനിലും അമേരിക്കയിലുമാണെന്ന്. അവനെ വീട്ടിൽ നിന്ന് പുറത്താക്കിയെന്ന്.

ഇപ്പോൾ മദാമ്മ അവനുവേണ്ടി രണ്ടുനില വീടു വാങ്ങിയിട്ടുണ്ട്. സഞ്ചാരത്തിന് മാരുതി വാനും ബൈക്കുമുണ്ട്. ഗാലറിയും ഒരുപാട് വിദേശികൾ സന്ദർശകരായുള്ള കഫ്റ്റേരിയയുമുണ്ട്.

സായാഹ്നങ്ങളിൽ ഞാനുമവന്റെ കഫ്റ്റേരിയയിൽ പോകാറുണ്ട്. അവിടിരിക്കുമ്പോൾ പാരീസിലോ ലണ്ടനിലോ ആണെന്ന് തോന്നും.

ഇപ്പോഴവന് അച്ചടക്കമില്ലാത്ത താടിയും തോളോളം നീട്ടിയ മുടിയുമുണ്ട്. കണ്ടാലൊരു ചിത്രകാരന്റെ മട്ട്. കാവി മുണ്ടും ജൂബ്ബയും ഷാളും ഖദർ ജൂബ്ബയും ജീൻസും അവൻ മാറിമാറി ധരിക്കാറുണ്ട്. ഒക്കെ നിലനില്പിന്റെ ഭാഗമാകാം.

അവന്റെ ഗാലറിയിൽ ഇപ്പോൾ ചിത്രമെഴുത്ത് അറിയുന്നവരുടെ ക്യൂ ആണ്.

നഗരത്തിൽ ഇന്നേറെ സജീവവും ശിഹാബിന്റെ ഗാലറിയാണല്ലോ.

ശിഹാബേ നിന്റെ ഏകാന്ത നിമിഷങ്ങളിൽ എപ്പോഴെങ്കിലും ഈയുള്ളവനുണ്ടായിട്ടുണ്ടോ.

സൗഹൃദങ്ങൾക്ക് നിന്റെ നിഘണ്ടുവിൽ എന്താണ് സുഹൃത്തേ അർത്ഥം. എനിക്ക് ഇപ്പോഴും അത് അറിയില്ല.

മന്ദാകിനി ഇപ്പോഴും കരച്ചിലിന്റെ തുടർച്ചകളിലാണ്. ഡിക്കോത്തയാകട്ടെ വെളുത്ത് നേർത്ത സിഗരറ്റുകൾ വലിച്ചു തീർക്കുന്ന ധൃതിയിലുമാണ്.

ശിഹാബാകട്ടെ ഒരു മൗനമായി ഡ്രൈവിങ് സീറ്റിലുണ്ട്.

ഡിക്കോത്തയുടെ ചാരനിറമാർന്ന കണ്ണുകളിൽ തെളിയുന്നത് കാമത്തിന്റെ മൗനാക്ഷരങ്ങളാണോ? ഇല്ല. അയാളുടെ കണ്ണുകളിൽ വിഷാദത്തിന്റെ തിളക്കം ഇല്ലായ്മയാണുള്ളത്.

ശിഹാബിന്റെ പച്ച മാരുതി വാനിപ്പോൾ ഫോർട്ടു കൊച്ചിയിലെ പേരറിയാത്ത ഏതോ നിരത്തിൽ എന്നെ ഉപേക്ഷിച്ച് മന്ദാകിനിയുടെ കരച്ചിലുമായി പോകുകയാണ്.

ഡിക്കോത്ത അയാളുടെ വിഷാദമൊക്കെ മറന്ന് ചിരിച്ചുകൊണ്ട് എനിക്കു നേരെ കൈ വീശി.

അന്ന് രാത്രി ഞാൻ ഡിക്കോത്തയെയും മന്ദാകിനിയെയും ഓർത്ത് പകലാക്കി.

മന്ദാകിനി ഡിക്കോത്തയ്ക്ക് പ്രിയപ്പെട്ട ഹരമായി മാറിയിട്ടുണ്ടാകുമോയെന്ന് സംശയിച്ചു.

പക്ഷേ, ഇന്നത്തെ പത്രത്തിൽ മന്ദാകിനിയുടെയും ഡിക്കോത്തയുടെയും വിവാഹ വാർത്തയാണല്ലോ ഞാൻ വായിക്കുന്നത്.

കറുത്തസുന്ദരിയുടെ ലക്ഷണം പറച്ചിലുകൾ

ഒരൊഴിവു ദിനത്തിന്റെ ആലസ്യത്തിലേക്ക് ഞാനുണർന്നത് പുറത്തെ ഗെയ്റ്റിൽ ആരോ മുട്ടുന്ന ശബ്ദം കേട്ടാണ്.

ആരാകുമെന്ന ആകാംക്ഷയോടെ ഗെയ്റ്റിലേക്ക് നടക്കുമ്പോൾ ഗെയ്റ്റിനപ്പുറം ഒരു കറുത്ത സുന്ദരി ലക്ഷണം പറയട്ടെ ചോദിച്ചു.

കറുപ്പിന് ഏഴഴക് എന്ന പഴമൊഴിയെ അന്വർത്ഥമാക്കും പോലെയുണ്ടായിരുന്നു അവളുടെ പ്രകൃതവും.

ഭാര്യയും മകനുമൊന്നും വീട്ടിലില്ല. വെക്കേഷനായതുകൊണ്ട് ഭാര്യയും മകനും ഭാര്യവീട്ടിലാ. വീട്ടിൽ ഞാൻ മാത്രമാണ് വാസം.

ഞാൻ കറുത്ത സുന്ദരിയെ വീടിനകത്തേക്ക് വിളിച്ചു. അവളെന്റെ വിളി കേട്ടതേയില്ല. ഒരു പുരുഷൻ മാത്രമുള്ള വീട്ടിലേക്ക് അവളെങ്ങനെ കയറും...

പിന്നെ അവളെന്നെ അത്ഭുതപ്പെടുത്തിക്കൊണ്ടെന്റെ വീട്ടിലേക്ക് കയറി.

ഞാനെന്റെ ഇടത് കൈവെള്ള നീട്ടി അവൾക്ക് മുന്നിലിരുന്നു.

എന്റെ രേഖകൾ സമൃദ്ധമായ കൈവെള്ളയിലേക്ക് നോക്കി എത്രയോ നേരമായവൾ മിണ്ടാതിരിക്കുന്നു

"നിർഭാഗ്യങ്ങളാണല്ലോ മാഷേ..."

ഒരു നെടുവീർപ്പോടെ അവളിത്രയും പറയുമ്പോൾ നീ പറഞ്ഞതെത്ര ശരി എന്ന മട്ടിൽ ഞാൻ തലയാട്ടുകയായിരുന്നു.

"ഭാഗ്യത്തിന്റെ ഇത്തിരി വെട്ടം പോലുമില്ലല്ലോ മാഷേ ജീവിതത്തിൽ?"

എന്നവൾ ചോദിച്ച് തുടങ്ങുമ്പോൾ ഞാനവളുടെ ജീവിതത്തെ അറിയുവാൻ ശ്രമിക്കുകയായിരുന്നു.

നിന്റെ പേര്? നാട്? നീ എങ്ങനെയാണ് ഊരുചുറ്റാനിറങ്ങിയത്?

എന്റെ ചോദ്യങ്ങളുടെ ആർഭാടതയിൽ അവൾ വീണ്ടും മൗനിയായി.

നിമിഷങ്ങൾ നീണ്ട മൗനത്തിനുശേഷം അവൾ പറയാൻ തുടങ്ങി. മദ്യമണം ഒഴിയാത്ത അച്ഛനെക്കുറിച്ച്. ജമീന്ദാർ പറയുന്നതെന്തും ശിരസ്സാവഹിക്കുന്ന ഒരാളായിരുന്നത്രെ അവളുടെ അച്ഛൻ. ജമീന്ദാറുമൊത്തൊരു രാത്രി കഴിയണമെന്ന അച്ഛന്റെ നിർബ്ബന്ധത്തെ അവൾ ജയിച്ചതൊരു തീവണ്ടി യാത്രയിലൂടെയാണ്.

അവളുടെ ഗ്രാമത്തിലൂടെയൊരു തീവണ്ടി കടന്ന് പോകുമായിരുന്നു. ഒരു രാത്രി തീവണ്ടിയോടവൾ അവളുടെ സങ്കടം പറഞ്ഞു. തീവണ്ടി അതിന്റെ താളത്തിലവളോട് പറഞ്ഞു. നിനക്ക് ഞാനുണ്ട്. നീ എന്റെ കൂടെ പോരൂ എന്ന്. അങ്ങനെ ഒരു രാത്രി തീവണ്ടിയോടൊപ്പം അവളും പോന്നു.

തീവണ്ടി അവളെ അച്ഛനെപോലെ ചതിച്ചില്ല. തീവണ്ടിയിൽ സഞ്ചരിച്ചാണവൾ നാടുകണ്ടത്. ഭാഷ പഠിച്ചത്. ജീവിതത്തെ സംബന്ധിക്കുന്ന അറിവും അറിവുകേടുകളും പഠിച്ചത്.

ഓരോ മനുഷ്യരുടെയും ഭാഗ്യനിർഭാഗ്യങ്ങളെ അറിയാൻ അവളെ ശീലിപ്പിച്ചത് അവളുടെ മുത്തച്ഛനാണ്.

മുത്തച്ഛനെ കണ്ടാൽ പേടിയാകുമെന്നവൾ. അയാളുടെ മുഖത്തെ കെട്ടുവള്ളംപോലുള്ള മീശകണ്ടാൽ. ഹുക്ക വലിച്ചയാൾ ചുമയ്ക്കുന്നത് കേട്ടാൽ...

മുത്തച്ഛനിപ്പോഴും അവളുടെ വീട്ടിൽ ജീവനോടിരിപ്പുണ്ട്. വീടിന് വെളിയിലേക്ക് ഇറക്കിയിട്ട കട്ടിലിൽ അയാൾ ശാന്തനായ ഒരു കുഞ്ഞിനെപ്പോലെ വൈകുന്നേരങ്ങളിൽ ഇരിക്കും.

ചില നോർത്തിന്ത്യൻ നഗരങ്ങളിൽ ഞാനും വേല ചെയ്തിട്ടുണ്ടെന്നവളോട് പറഞ്ഞപ്പോൾ അവളിൽ ആദരവും ആഹ്ലാദവും.

ഞാൻ ഭാര്യയെ ഫോണിൽ വിളിച്ച് ഇപ്പോഴൊന്നും ഇങ്ങോട്ട് വരേണ്ടെന്നും കുറച്ച് ദിവസം കൂടെ കഴിഞ്ഞ് വന്നാൽ മതിയെന്നും പറഞ്ഞു.

ഭാര്യ വീട്ടിൽ പോകുന്നെന്ന് പറയുമ്പോഴേ മൂഡ് ഔട്ടാകുന്ന ആളാണ് ഞാൻ. പോയാൽ പിന്നെ നിരന്തരം ഫോൺ വിളിയാകും. എപ്പോഴാണ് ഇങ്ങോട്ടേക്ക് വരിക എന്നന്വേഷിച്ച്.

ചെടികൾക്കൊക്കെ വെള്ളമൊഴിക്കണം. മകൻ വളർത്തുന്ന മീനുകളെ ശ്രദ്ധിക്കണം. അവയുടെ വെള്ളം മാറണം. തീറ്റ കൊടുക്കണം.

ഇത്രയുമേ ഫോണിലൂടെ ഭാര്യ പറഞ്ഞുള്ളൂ. ഭാര്യയും മകനും വീട്ടിൽ പോയശേഷം മൂന്ന് മീനുകളാ ചത്തത്. അതൊന്നും ഭാര്യയോട് ഞാൻ പറഞ്ഞില്ല. പറഞ്ഞാലുടൻ ദേഷ്യം വരും.

മകന്റെ വളർത്തുപൂച്ചയായ മിക്കിയുമിപ്പോൾ ഭാര്യയുടെയും മകന്റെയും അസാന്നിദ്ധ്യംകൊണ്ടാകണം വീട്ടിൽ വരാറില്ല.

ഞാൻ രാവിലെ വീടും പൂട്ടിയെന്റെ ജോലിക്കു പോകും. അന്നേരം രാധ (അങ്ങനെയാണവൾ പേരു പറഞ്ഞത്) യും എന്നോടൊപ്പം ഇറങ്ങും. ആരുടെയെങ്കിലും ഭാഗ്യനിർഭാഗ്യങ്ങൾ നിർവ്വചിക്കുവാൻ...

ഭാര്യ വന്നപ്പോൾ അയൽക്കാർ പറഞ്ഞു. ഞാനൊരു കൈനോട്ടക്കാ

രിയെ കൂടെ പാർപ്പിച്ചിരിക്കുകയാണെന്ന്.

ഇതറിഞ്ഞു ഭാര്യ പിണങ്ങി അവളുടെ വീട്ടിലേക്കു പോയി.

ആങ്ങളമാർ ഇടപെട്ടു. ബന്ധം വിച്ഛേദിച്ചു. ഭാര്യ പോയപ്പോൾ മകനെയും കൂടെക്കൊണ്ടു പോയി.

ഇപ്പോൾ രാധയാകുന്നെന്റെ ജീവിതസഖി. ഇപ്പോളെന്റെ ജീവിതമെത്ര സ്വസ്ഥം ശാന്തം.

ഭാവിയും ഭൂതവും വർത്തമാനവുമൊക്കെ അറിയുന്നൊരു പെണ്ണ് കൂടെയുള്ളപ്പോൾ ജീവിതം ഇങ്ങനെയൊന്നുമായില്ലെങ്കിലല്ലേ, ചങ്ങാതി അത്ഭുതമുള്ളൂ.

പ്രണയങ്ങൾ ഉണ്ടാകുന്നത്

ജെസി കുര്യനോടുള്ള എന്റെ പ്രണയത്തിന് അവളുടെ നിഷ്കളങ്കത്വം കൂടി കാരണമായിരുന്നുവെന്ന് ആരെങ്കിലും പറഞ്ഞാൽ ഞാനതു നിഷേധിക്കില്ല.

ആദ്യമൊക്കെ അവളെന്റെ പ്രണയത്തോടു പ്രതിഷേധിക്കുകയായിരുന്നു. പിന്നെപ്പിന്നെ എന്റെ പ്രണയവഴികളിലൂടെ ഞാനവളെ നടത്തുവാൻ പെട്ട പാട്. അതെത്ര കഠിനമായിരുന്നുവെന്ന് എനിക്കും ദൈവത്തിനുമേ അറിയൂ.

ഇപ്പോഴതൊക്കെ ആറിത്തണുത്ത കഞ്ഞിക്കു തുല്യം. ഞാനോർക്കാൻ കൂടി ഇഷ്ടപ്പെടാത്തത്.

പാസ്റ്റ് ഈസ് പാസ്റ്റ്.

കഴിഞ്ഞതു കഴിഞ്ഞു.

ജെസിയിപ്പോൾ എന്റേതാണ്. അവളുടെ ഓരോ ശ്വാസത്തിലും ഞാൻ മാത്രമാണുള്ളത്.

ശീതീകരിച്ച ഹോട്ടൽമുറിയിൽ ഭോഗക്കിതപ്പുകൾ അടക്കിക്കിടക്കവെ ജെസി അവളുടെ നഗ്നമായ ദേഹത്തോട് എന്റെ ദേഹത്തെ ചേർത്തുകൊണ്ട് ചോദിക്കുന്നു.

"നീ എന്നെ ഉപേക്ഷിക്കുമോ?"

അവളിങ്ങനെ ചോദിക്കുമ്പോൾ ഞാൻ ഉള്ളിൽ കരഞ്ഞു. എ സി മുറിയിലായിട്ടും കഠിനമായ വെയിൽകൊണ്ടിട്ടെന്നപോലെ വിയർത്തു.

ജെസിയുടെ കണ്ണുകളിലും അന്നേരം കടൽപോലെ കണ്ണുനീർ നിറഞ്ഞിരുന്നു.

എനിക്കൊന്നും പറയാനായില്ല.

എനിക്കു പറയാനുള്ളവയെ ആരോ ചിറകെട്ടി നിർത്തിയതുപോലെ.

ഒരുതരം അധൈര്യവും അന്നേരമെന്നെ ഭരിച്ചു.

ദാരിദ്ര്യംപിടിച്ച ഒരു കുടുംബത്തിലേതായിരുന്നെങ്കിലും ജെസിയെ കണ്ടാലാരും പറയില്ല അങ്ങനെയൊരു കുടുംബപശ്ചാത്തലത്തിൽ നിന്നുള്ളവളാണെന്ന്.

അത്രയേറെ കുലീനത്വം അവളുടെ വസ്ത്രധാരണത്തിലും സംസാരത്തിലും ഇടപെടലുകളിലുമുണ്ടായിരുന്നു.

ഇതൊക്കെക്കൊണ്ടാകും ജെസിക്കു ചാനലിൽ വാർത്താവായനക്കാരിയായും അവതാരകയായും ജോലി കിട്ടിയത്.

ഇക്കാലത്തു പ്രതിഭയേക്കാൾ പ്രധാനമാണല്ലോ സൗന്ദര്യം.

പ്രോഗ്രാം പ്രൊഡ്യൂസറായ ദിലീപ് സക്കറിയയാണു നിനക്കു ജെസിയെ പ്രണയിച്ചൂടേയെന്ന് എന്നോടാദ്യം ചോദിക്കുന്നത്.

ദിലീപ് സക്കറിയ ചോദിക്കും മുമ്പുതന്നെ എന്റെ പ്രണയപരിസരങ്ങളിൽ ജെസിയുണ്ടായിരുന്നു.

ഞാനവളെ പ്രണയിച്ചിരുന്നപ്പോഴാണ് അവൾ ചില പരസ്യചിത്രങ്ങളിൽ അഭിനയിച്ചത്. വീട്ടിലേക്കും ചാനൽവർക്കിനായി പുറത്തുപോകുന്നതും ഞങ്ങൾ ഒരുമിച്ചാകും.

എല്ലാ പ്രണയങ്ങളെയുംപോലെ ഞങ്ങളും തിയേറ്ററിലും കോഫീ ഹൗസിലും പാർക്കിലുമൊക്കെ ഒഴിവുസമയങ്ങൾ തീർത്തു.

ജെസി ഇല്ലാത്ത ഒരു ജീവിതത്തെക്കുറിച്ച് ഇക്കാലങ്ങളിലൊന്നും എനിക്ക് ഓർക്കാനേ കഴിഞ്ഞിരുന്നില്ല.

പക്ഷേ, അപരിഹാര്യമായ ഒരുപാട് പ്രതിസന്ധികൾ ഞങ്ങളുടെ ബന്ധത്തിനു ഭീഷണിയായുണ്ടായിരുന്നു.

ജാതി, മതം, എന്റെ കുടുംബസ്റ്റാറ്റസ്.

അതുകൊണ്ടാണ് എന്റെ സമുദായത്തിലെതന്നെ ഒരു പെൺകുട്ടിയെ വിവാഹം കഴിക്കാൻ ഞാൻ നിർബ്ബന്ധിതനായത്.

വിവാഹത്തലേന്ന് ജെസി അവളുടെ വീട്ടുകാരെ മുഴുവൻ എന്റെ വീട്ടിലേക്കയച്ച് തന്റെ ഓടുപാകിയ വീടിന്റെ മച്ചിൽ നിശ്ചലമായ ഒരു പെൻഡുലം കണക്ക് തൂങ്ങിനിന്നു.

ജെസിയുടെ അന്ത്യം അറിഞ്ഞതും ഞാൻ വിവാഹച്ചടങ്ങുകൾക്കൊക്കെ നിന്നു കൊടുത്തതു യാദൃച്ഛികമായൊരു നാടകത്തിൽ നടിക്കേണ്ടി വന്ന ഒരാളുടെ നിസ്സഹായതയോടെയാണ്.

ആരാകും മതത്തെയും ജാതിയെയുമൊക്കെ സൃഷ്ടിച്ച് മനുഷ്യരെ ഇങ്ങനെ വിഭജിച്ചതെന്ന് ഓർത്തു വർഷങ്ങൾക്കിപ്പുറത്തിരുന്നും ഞാൻ വ്യസനപ്പെട്ടു.

മകൾ ചോദിക്കുന്നു.

അച്ഛനെന്തിനാ കരയുന്നതെന്ന്?

മകളുടെ ഒരു ചോദ്യത്തോടും ഞാൻ പ്രതികരിക്കാതിരുന്നിട്ടില്ല. പക്ഷേ, ഇപ്പോൾ ഞാനവളുടെയീ ചോദ്യത്തിനുമുന്നിൽ നിശ്ശബ്ദനാകുന്നു.

ആരു കരഞ്ഞുവെന്ന ഭാവത്തിൽ ഞാൻ മകളോടു കണ്ണുരുട്ടുന്നു.

“നിങ്ങളെന്താ കരയുന്നത്?” എന്നു ഭാര്യയും ചോദിക്കുന്നു.

മകളും ഭാര്യയും തന്റെ കരച്ചിൽ കണ്ടുപിടിച്ചിരിക്കുന്നുവെന്ന ജാള്യത്തോടെ കിടപ്പുമുറിയിൽ കയറി വാതിലടച്ചു ഞാൻ വീണ്ടും കരഞ്ഞു.

കരയുമ്പോളതു പുറത്തു കേൾക്കാതിരിക്കുവാൻ മഡോണയുടെ ശബ്ദത്തെയും ഞാൻ കൂട്ടുപിടിച്ചിരുന്നു. അവരിപ്പോളൊരു പ്രണയഗാനം പാടുകയാണ്.

അതുകേൾക്കെ ഞാൻ വീണ്ടും നഷ്ടപ്രണയങ്ങളുടെ നരകത്തിലാകുന്നു.

സമകാലികം

ഇത് സാവിത്രി അശോകൻ. കവിതയിൽ കലശലായ കമ്പം. കണ്ണട. കണ്ണടയ്ക്ക് പിന്നിൽ വിഷാദം നിഴലിക്കുന്ന കണ്ണുകൾ. മെലിഞ്ഞുണങ്ങിയ ദേഹം. ഇങ്ങനെയൊക്കെയാകണമല്ലോ ഒരു പെണ്ണെഴുത്തുകാരിയുടെ പ്രകൃതവും.

കവിതയിൽ സുഗതടീച്ചറുടെയും കമലാദാസിന്റെയും വിജയലക്ഷ്മിയുടെയും സാവിത്രി രാജീവന്റെയും ഒക്കെ റാങ്കിൽ നില്ക്കും അവരും.

നിലവാരമുണ്ടെന്ന് പറയാവുന്ന മാസികകളിലും വാരികകളിലുമൊക്കെയാണ് അവരുടെ കവിതകളും അച്ചടിച്ച് വന്നിട്ടുള്ളത്.

പക്ഷേ, ഈയിടെയായി അവരൊന്നും എഴുതിക്കാണുന്നില്ല. ആശയദാരിദ്ര്യമാകുമോ ഇത്തരമൊരു ഇടവേളയ്ക്ക് കാരണം. അങ്ങനെയെങ്കിലും അവർ ആദരണീയയാണ്. ജഡതുല്യമായ സൃഷ്ടികളേക്കാളും ഭേദമല്ലേ സർഗ്ഗപരമായ ഇത്തരം ഇടവേളകൾ.

അന്വേഷണമാകാമെന്ന് കരുതി. ഒരനുവാചകന്റെ സ്വാഭാവികമായ ജിജ്ഞാസ എന്നൊക്കെ വേണമെങ്കിൽ ഈ അന്വേഷണത്തെക്കുറിച്ച് പറയാം.

സാവിത്രി അശോകനാണെങ്കിൽ എനിക്കത്ര അന്യയുമല്ല. പണ്ടെങ്ങോ ഒരു പത്രത്തിലെ ആർട്ട് പേജിന് വേണ്ടി ഞാനവരെ ഇന്റർവ്യൂ ചെയ്തിട്ടുണ്ട്. പിന്നെയും എവിടെയൊക്കെയോ ഞാനവരെക്കുറിച്ച് എഴുതിയിട്ടുണ്ടെന്നാണ് ഓർമ്മ. അങ്ങനെയൊരു പരിചയത്തിന്മേലാണ് ഞാനവരുടെ വീട്ടിലെത്തുന്നത്.

നഗരബഹളങ്ങളിൽനിന്നൊക്കെ ഒഴിഞ്ഞ് നിശ്ശബ്ദമായ ഒരിടത്തായിരുന്നു അവരുടെ വീട്. കോളിങ്ബെൽ അതിന്റെ നിയോഗം നിറവേറ്റി. വാതിൽക്കൽ പഴയ പരിചയത്തിന്റെ ഇത്തിരി വെട്ടം നിറഞ്ഞ ചിരിയു

മായ് സാവിത്രി അശോകൻ. ഇക്കുറിയും അഭിമുഖത്തിനായാണോ വന്നിരിക്കുന്നതെന്നൊരു ചോദ്യം അവരുടെ മുഖത്തുണ്ട്.

ഞാനത് മനസ്സിലാക്കിക്കൊണ്ടുതന്നെ അല്ലെന്ന് തിരുത്തുന്നു. കുശലാന്വേഷണങ്ങളുടെ പതിവ് കഴിച്ച് ഞാൻ നേരെ വിഷയത്തിലേക്ക് അതിന്റെ ഗൗരവതയിലേക്ക് അല്പം തിടുക്കത്തോടെതന്നെ കടന്നുകൂടുന്നു.

"എന്തുകൊണ്ടാണെന്ന് അറിയില്ല. ഈയിടെയായി ഒന്നും എഴുതിക്കാണുന്നില്ല. ബോധപൂർവ്വമാണോ ഇത്തരമൊരു ഇടവേള."

അപ്പോൾ അവരുടെ മുഖത്ത് കാണാനായ ചിരി. ആ ചിരിയിൽ ഒരുപാട് വ്യസനങ്ങൾ മുഖം കാട്ടുന്നതായി എനിക്ക് തോന്നി.

"എന്തെങ്കിലും എഴുതിത്തുടങ്ങുമ്പോഴാകും മകന്റെ വലിയ വായാലേയുള്ള നിലവിളി. അവനെ എങ്ങനെയെങ്കിലുമൊക്കെ ശാന്തനാക്കുമ്പോഴേക്കും മകൾ കരച്ചിൽ തുടങ്ങിയിരിക്കും. ആ ടെൻഷനിൽ എഴുതാനുള്ളതത്രയും മറന്നിരിക്കും. ഇങ്ങനെ ഒഴിഞ്ഞ കടലാസിനെ നോക്കി ഞാനെത്രയോ കുറി കരഞ്ഞിരിക്കുന്നു."

"അപ്പോൾ കുടുംബമെന്നൊക്കെ പറയുന്നത് ഒരെഴുത്തുകാരിയുടെ സ്വാതന്ത്ര്യത്തിന് പാരതന്ത്ര്യം ഒരുക്കുമെന്നാണോ സാവിത്രി പറഞ്ഞുവരുന്നത്."

അവരുടെ പറച്ചിലിൽ അനുഭവത്തിന്റേതായ ഒരു സത്യസന്ധതയുണ്ടല്ലോ. അതുകൊണ്ട് തുടർന്നും നമുക്കവരെ കേൾക്കാം. അറിയാം. എന്താ.

"എനിക്കിപ്പോൾ ഓർമ്മ വരുന്നത് എന്റെ ആ പഴയകാലമാ. ഊണിന് ശേഷം എല്ലാവരും ഉറങ്ങുമ്പോൾ ഞാൻ തറവാട്ടിലെ തട്ടിൻപുറത്തെ മുറിയിലെത്തുന്നു. പിന്നെ എഴുത്തുതന്നെ. രാത്രിയിലും അവസ്ഥ ഇതുതന്നെ. എഴുത്തിന്റെ ലഹരിയിൽ ഞാൻ ചിലപ്പോഴൊക്കെ സന്ധ്യയ്ക്ക് വിളക്ക് കൊളുത്തേണ്ടത് പോലും മറന്നിരിക്കും. ഇല്ല, ഇനി അങ്ങനെ കവിതകളുടേതായ പൂക്കാലമൊന്നും എന്റെ ജീവിതത്തിലുണ്ടാവില്ല. ആ കാലത്താ ജീവിതത്തിലെ പരമമായ ആനന്ദമെന്നൊക്കെ പറയുന്നത് ഞാനനുഭവിച്ചിട്ടുള്ളത്."

ഏകാന്തതയുണ്ടെങ്കിലേ എന്തെങ്കിലും എഴുതാനാകുവെന്ന് സാവിത്രി.

ഇതൊക്കെ ഒരു വെല്ലുവിളിയായി സ്വീകരിച്ചുകൊണ്ട് കവിതയിലേക്ക് തന്നെ മടങ്ങിക്കൂടേയെന്ന് ഞാനും.

വെല്ലുവിളി. അതൊക്കെ നമുക്ക് പറയാമെന്ന് മാത്രം.

"അശോകേട്ടനാണെങ്കിൽ രാത്രി മിക്കവാറും ലക്കു കെട്ടാകുംവരിക. പിന്നെ അയാളെ കിടക്കവരെ ചുമക്കണം. പലപ്പോഴും അതിനൊക്കെയുള്ള പ്രതിഫലം തെറിയും കൈയേറ്റവുമാകും. ചിലപ്പോഴൊക്കെ തോന്നും ഈ ജീവിതമങ്ങ് അവസാനിപ്പിച്ചാൽ മതിയെന്ന്. ജീവിതം ഇങ്ങനെയൊരു ശിക്ഷയാകുവാൻമാത്രം പാപമൊന്നും ഞാൻ ചെയ്തിട്ടില്ല."

“ചോദ്യങ്ങളോ ഉത്തരങ്ങളോ ഇല്ലാത്ത നിശ്ശബ്ദതയാണ് ഇപ്പോൾ ഞങ്ങൾക്കിടയിൽ. ഇന്നുമീ മനസ്സിൽ കവിതയുണ്ടെട്ടോ. അവിടെ കവിതയ്ക്ക് മരണമില്ല പക്ഷേ....

അവരുടെ നിറയുന്ന കണ്ണുകൾ.

ആ കണ്ണുകളെ കണ്ടില്ലെന്ന് നടിച്ചോ ആ കണ്ണുകൾക്ക് നേരെ മുഖം തിരിച്ചോ എനിക്ക് ചോദിക്കണമെന്നുണ്ടായിരുന്നു.

ഇനി എന്നാ സാവിത്രി അശോകൻ ഞങ്ങൾക്കായി ഒരു കവിത എഴുതുക?

അങ്ങനെ അവരൊരു കവിത എഴുതുമെങ്കിൽ ആ കവിതയൊരു അംഗീകാരത്തോളം ഉയർന്നതാകുമെന്നും എനിക്കുറപ്പുണ്ട്. ഉറപ്പ് മാത്രമല്ലാട്ടോ വിശ്വാസവുമുണ്ട്.

അങ്ങനെ കഴിഞ്ഞൊരു ദിവസം അവരൊരു കവിത എഴുതി രചനാപരമായ മൗനത്തിനൊരു ഇടവേള എന്നൊക്കെ പറയില്ലേ? (ഒരു ഫീച്ചറിന് സാദ്ധ്യതയുണ്ടല്ലേ?) ങാ അതുതന്നെ. സ്വന്തം ജീവിതധൂർത്തിൽ അവർ പൂർത്തീകരിച്ച ആ കവിതയുടെ പേര് ‘മരണം’ എന്നായിരുന്നു.

എന്നിട്ട് പത്രത്താളുകളിലെ അത്രയൊന്നും പ്രാധാന്യമില്ലാത്ത ചരമക്കോളങ്ങളുടെ മൂലയ്ക്കിരുന്ന് അവർ ചിരിക്കുന്നു. ആ ചിരിയിൽ പ്രകടമായിരുന്നത് വ്യസനമല്ല കൂട്ടുകാരാ ആഹ്ലാദമാണ്. ആരെയൊക്കെയോ തോല്പിച്ച ആഹ്ലാദം.

കഷണ്ടിക്കാരും കണ്ണടക്കാരുമായ നിരൂപകർ പറഞ്ഞത് അവരീമരണത്തിലൂടെ യുക്കിയോമിഷിമായേയും രാജലക്ഷ്മിയേയുമൊക്കെ അനുകരിക്കുവാനാണ് ശ്രമിച്ചിരിക്കുന്നതെന്നാണ്. നമ്മുടെ നിരൂപണത്തിന്റെ സത്യസന്ധതയേ....

അവരുടെ ഭർത്താവായ അശോകൻ എത്രയോ അവാർഡ് കമ്മിറ്റികളെയായി രഹസ്യമായും പരസ്യമായുമൊക്കെ കാണുന്നു. കിട്ടുന്നതിൽപാതി മുക്കാലെന്നൊക്കെ പറഞ്ഞിട്ടും ആര് കേൾക്കാൻ. അക്കാദമിയെവരെ ഈ അംഗീകാര ആവശ്യത്തിൽ നിന്നൊഴിവാക്കിയിട്ടില്ല അയാൾ. അവാർഡ് ധനത്തിൽ കണ്ണുവച്ചുള്ളതാണ് അയാളുടെ വിശ്രമമില്ലാത്ത ഈ ഓട്ടങ്ങൾ. വല്ല അവാർഡും തരപ്പെട്ടാൽ പിന്നെ മിനുങ്ങലുകളുടെ തുടർച്ച തന്നെയാകാമല്ലോ അയാൾക്ക്.

അവാർഡ്, അവാർഡ് തറ തന്നെ. സമ്മതിക്കുന്നു. (കേട്ടില്ലേ സാഹിത്യരംഗത്തെ പുതിയ വർത്തമാനങ്ങൾ) എന്നാലും ജീവനോടിരിക്കുമ്പോൾ അനാദരിക്കുകയും മരണാനന്തരം ആദരിക്കുകയുമാണല്ലോ നമ്മുടെ രീതി. പിന്നെ അർഹിക്കാത്തവരിലേക്കുള്ള അംഗീകാരങ്ങളുടെ ഒഴുക്ക് കാണേയുള്ള ദെണ്ണവും സങ്കടവും കൊണ്ട് കൂടിയാ ഇത്രയും പറഞ്ഞത്. പറയുന്നത് സത്യമാണെങ്കിൽ എവിടെയും പറയാമെന്നല്ലേ?

ഇനിയുള്ള കാലം ഏതെങ്കിലുമൊരു അവാർഡിന്റെ സ്നേഹവായ്പ്, വാത്സല്യം സാവിത്രി അശോകനും അവരത് അർഹിക്കുന്നുമുണ്ടല്ലോ?

അല്ലെങ്കിൽ വേണ്ട കൂട്ടരെ അവാർഡുകളുടെ അഴുക്ക്. കിട്ടാത്ത മുന്തി

രിങ്ങ പുളിക്കും. അത് കുറുക്കന് മാത്രമല്ല ചിലപ്പോഴൊക്കെ മനുഷ്യരായ നമുക്കും. മരണത്തിലെങ്കിലും സാവിത്രി അശോകനെന്ന കവയിത്രി സ്വസ്ഥയാകട്ടെ, ശാന്തയാകട്ടെ. വരുംതലമുറ അവരെ ഓർക്കുന്നത് അവരുടെ സൃഷ്ടികളിലൂടെ മാത്രം മതി. അതല്ലാതെ ഏതെങ്കിലുമൊരു അവാർഡിന്റെ പേരിലാകരുതെന്ന് അവരെ സ്നേഹിക്കുന്ന ഞങ്ങൾക്ക് നിർബ്ബന്ധമുണ്ട്.

ഏതെങ്കിലുമൊരു അവാർഡ് അവർക്ക് കിട്ടിയാൽ തന്നെ നാളെ കവിതാരംഗത്തെ കള്ളനാണയമാകുകയെന്ന ശാപം.

ഒരവാർഡും കിട്ടാതെതന്നെ സാവിത്രി അശോകനെന്ന കവയിത്രി കാലത്തോടൊപ്പം നില്ക്കട്ടെ.

9 789386 364050

Printed by Libri Plureos GmbH in Hamburg, Germany